गिर्यारोहकांचे आराध्यदैवत आणि श्रद्धास्थान किल्ले रायगड येथील छत्रपती शिवाजी महाराज यांचा पुतळा

गिर्यारोहण

मागोवा साहसी क्रीडा प्रकाराचा

विजय देवधर

गिर्यारोहण : मागोवा साहसी क्रीडा प्रकाराचा

© विजय देवधर, २०२४

Giryarohan : Magowa Sahasi Krida Prakaracha

© Vijay Deodhar, 2024

प्रथम आवृत्ती	:	१ जून, २०२४
प्रकाशक	:	सकाळ मीडिया प्रा. लि.
		५९५, बुधवार पेठ,
		पुणे ४११ ००२
मुखपृष्ठ	:	शुभ्रशंकर साधू
मांडणी	:	भाग्यश्री अक्कलकोटे
मुद्रणस्थळ	:	विकास प्रिंटिंग अॅण्ड कॅरिअर्स प्रा. लि.
		प्लॉट नं. ३२, एमआयडीसी,
		सातपूर, नाशिक ४२२००७
ISBN	:	978-81-973384-1-0
संपर्क	:	020-2440 5678 / 88888 49050
		sakalprakashan@esakal.com

Disclaimer :

Although the author has taken every effort to ensure that the information in this book was conect at the time of printing, the author and publisher do not assume and hereby disclaim any liability to any party, society for any loss, damage, or disruption caused by errors or omissions, whether such errors and omissions are caused due to negligence, accident, amendment in Act Rules Bye laws or any other cause. The views expressed in this book are those of the Authors and do not necessarily reflect the views of the Publishers

गिर्यारोहणावरील हे पुस्तक माझे गिर्यारोहणातील गुरू आदरणीय कै. नारायण कृष्ण तथा आबासाहेब महाजन, कै. डॉ. बापूकाका तथा गोपाळ रंगनाथ (जी.आर) पटवर्धन, कै. प्रकाश गोळे आणि कै. प्रा. दा. रा. गोळे यांना अर्पण करीत आहे. मला गिर्यारोहणाची आवड निर्माण होण्यास या सर्वांचा सहवास कारणीभूत आहे. यांच्याबरोबर बरीच वर्ष सह्याद्री अणि हिमालयातील साहस सहलीस जात होतो. त्यांच्याकडून अनेक गोष्टी शिकता आल्या. त्यांच्या ऋणात राहून त्यांच्या स्मृतीस वाहिलेली ही माझी भावसुमनांजली...

मनोगत

आपण शहरात नेहमीच रहदारी तुंब्यास (ट्रॅफिक जॅम) तोंड देत असतो. काल पुणे मुंबई महामार्गावर हीच परिस्थिती होती. यातील नवलाईची गोष्ट म्हणजे मे/जून मध्ये जगातील सर्वांत उंच शिखर माऊंट एव्हरेस्ट येथेही रहदारी तुंबा झाल्याचे वृत्त झळकले होते. एव्हरेस्ट शिखर मोहिमेसाठी नेपाळ सरकारची परवानगी घ्यावी लागते, त्यासाठी ते शुल्क आकारतात. या वर्षी अशी परिस्थिती झाली, त्याचे कारण नेपाळने व तिथल्या प्रवासी संस्थांनी एव्हरेस्ट हे एक मोठ्या प्रमाणात अर्थार्जनाचे साधन म्हणून वापरले असावे. यात काही दुर्घटना घडल्या व गिर्यारोहक बळी गेले. आता गिर्यारोहण हा एक साहसी क्रीडा प्रकार म्हणून लोकप्रिय झाल्याचे तिथे जात असलेल्या शिखर मोहिमा, साहस सहली यांच्यात सतत वाढत चाललेल्या संख्येवरून दिसून येते. यात हौशींबरोबरच व्यावसायिक मंडळी शिरली असल्याने या क्रीडा प्रकारास गालबोट लागले आहे.

या साहसी क्रीडा प्रकाराची ओळख त्यात कार्य करणाऱ्या संस्था यांचा परिचय गिर्यारोहणाकडे येणाऱ्यांना व्हावा हाच प्रधान हेतू आहे तो ही, माहिती शब्दबध्द करण्याचा. गिर्यारोहणाची ऐतिहासिक पार्श्वभूमी, गिर्यारोहण प्रशिक्षण देणाऱ्या संस्थांची माहिती, तसेच आपल्या देशात असलेल्या गिर्यारोहण शिखर संस्थेचा परिचय, संस्था परिचय, गिर्यारोहणातील मोलाचे योगदान देणाऱ्या व्यक्ती,

गिर्यारोहणासंबंधी साजरे होत असलेले दिवस यांची माहिती पण दिलेली आहे. अति उंचीवर गेल्यावर होणाऱ्या शारीरिक व्याधी, त्यांची लक्षणे, प्रथमोपचार, याच बरोबर सध्या कार्यरत असलेल्या संस्थांचा मागोवा याचा समावेश या पुस्तकात केला आहे. याबाबत जास्तीत जास्त उपलब्ध माहितीचा अंतर्भाव करण्याचा प्रयत्न केला आहे. त्यातूनही यात त्रुटी असू शकतात याची जाण मला आहे. यात कुणाला वगळण्याचा हेतू नाही. गेली बरीच वर्ष हा विषय डोळ्यासमोर होता. तो आता प्रत्यक्षात येत आहे. ही माझ्या दृष्टीने आनंदाची घटना आहे. मी स्वतः १९६४ पासून या क्रीडा प्रकाराशी संबंधित आहे. सह्याद्री आणि हिमालय या ठिकाणी साहस-सहली, शिखर मोहिमा पार पाडल्या आहेत. ज्यावेळी रविवारी दूरदर्शन समोर रामायण मालिका पहात बसण्याऐवजी पाठीवर पिट्टू (सॅक) घेऊन आम्ही डोंगर-दऱ्यांत भटकत असू, तेव्हा आम्हाला वेड्यात काढले जात होते. परंतु आमच्या सातत्याने केल्या जात असलेल्या साहस सहलींना हळुहळू प्रतिसाद वाढत गेला. सातपासून सत्तर वर्षांचे हे सह्याप्रेमी आमच्याबरोबर भटकंतीसाठी येऊ लागले. ही जमेची बाजू आहे. याची कुठंतरी नोंद असावी म्हणून हे पुस्तक लिहिले आहे. पुस्तक लिहिताना संगणक जाळ्यावर असलेल्या संस्थांच्या संकेतस्थळावरील माहितीचा वापर केला आहे. त्याबद्दल मी त्यांचा ऋणी आहे.

- विजय देवधर

किल्ले सिंहगड पुणे दरवाजा २२ जून २०२३

किल्ले सिंहगड नरवीर तानाजी मालुसरे समाधी स्थळ

अनुक्रमणिका

१. गिर्यारोहण - मागोवा

'चला, हिमालयात निसर्गाने जिथे आपल्या अनमोल खजिन्याची मुक्त हस्ताने उधळण केली आहे त्या देवभूमी हिमालयात उन्हाळ्याची सुट्टी घालवा', अशा प्रकारची निवेदने निरनिराळ्या गिर्यारोहण संस्थांतर्फे जानेवारी/फेब्रुवारी महिन्यात प्रसिद्ध केली जातात. अशा या साहस सहलीत दहा ते सत्तर वयोगटातील शारीरिकदृष्ट्या पात्र अशा पुरुष/महिला, मुले/मुली, युवक/युवती यांना भाग घेता येतो. पुणे, मुंबई या महानगरांबरोबरच नागपूर, कोल्हापूर, संभाजीनगर (औरंगाबाद), अमरावती, सांगली सातारा या शहरातील गिर्यारोहण संस्था हिमालयातील निरनिराळ्या भागात साहस सहली आयोजित करीत आहेत. तरुण, प्रौढ बालकांबरोबरच सत्तरी- ऐंशीतील ज्येष्ठ या साहसी क्रीडा प्रकारात उत्साहाने भाग घेत आहेत. यात वय हा दुय्यम भाग आहे. दिवसेंदिवस यात भाग घेणाऱ्यांची संख्या वाढत आहे. अशा या लोकप्रिय झालेल्या छंदाची वाढ गेल्या तीस एक वर्षातीलच आहे.

गिर्यारोहणाची पहिली ओळख सर्वांना आपल्या बालवयातच आपले आई वडील, आजी आजोबा यांच्याकडून नकळतच झालेली आहे. त्यांनी सांगितलेली हिरा गवळणीची गोष्ट, त्याचप्रमाणे नरवीर तानाजी मालुसरे यांची 'गड आला पण सिंह गेला' या गोष्टीतून गिर्यारोहणाची बीजे न कळत आपल्या मनात रुजली

गेली आहेत. अंधाऱ्या रात्री रायगडावरून खाली आपल्या गावात घरी राहिलेल्या तान्हुल्याच्या ओढीने अवघड कड्यावरून उतरुन जाणारी हिरा गवळण, तसेच कोंडाणा किल्ल्याच्या अवघड कडेकपारी अंधाऱ्या रात्री दोरावरुन चढून जाणारे शिवाजी महाराजांचे मावळे आणि त्यांचा सरदार नरवीर तानाजी मालुसरे ही दोन उदाहरणे गिर्यारोहणाची प्रारंभीची ओळख करून देण्यास पुरेशी आहेत.

आज पर्वतारोहण हे एक शास्त्र किंवा कला तसेच एक साहसी कठीण आणि अत्यंत कार्यक्षमतेचा खेळ म्हणून त्यास विशेष महत्त्व प्राप्त झाले आहे. तसेच गिर्यारोहणास एक साहसी क्रीडा प्रकार म्हणून शासकीय मान्यता मिळाली आहे. दिवसेंदिवस हा क्रीडाप्रकार लोकप्रिय होत आहे. आषाढी कार्तिकी पंढरीची वारी नेमाने करणाऱ्या वारकऱ्यांप्रमाणेच रविवार गुरुवार सिंहगडची वारी करणारे अनेक वारकरी आज पुण्यात असून सिंहगड वारकरी संघ त्याचे चालते बोलते उदाहरण आहे. आठवड्याच्या चाकोरीतून बाहेर पडून निसर्गाच्या जास्तीत जास्त जवळ जाऊन आणि ताजेतवाने होऊन परत आठवड्याच्या चाकोरीस प्रसन्नपणे जुंपून घेतात. शारीरिक क्षमतेबरोबरच प्रसन्न मनाची भेट गिर्यारोहण या क्रीडाप्रकारातून मिळत आहे. निरनिराळ्या वयोगटातील तसेच निरनिराळ्या व्यवसायातील ही मंडळी दिवसभरासाठी एकत्र येतात. आपले सर्व काही विसरून खेळीमेळीने एकत्र येऊन गिर्यारोहणाचा आनंद घेत असतात. अशा या गिर्यारोहणाचा मागोवाही तितकाच रोमांचक आहे.

गिर्यारोहणाचा जागतिक मागोवा :

अशा या आगळ्या वेगळ्या क्रीडाप्रकरची सुरुवात केंव्हा, कोठे आणि कशी झाली हे पाहणे तितकेच रंजक आहे. मोठ्या मोठ्या पर्वतांवर देवादिकांचे आणि भुताखेतांचे वास्तव्य असल्याच्या समजुतीमुळे जुन्याकाळी पर्वतांवर चढून जाण्याचा फारसा प्रयत्न झाला नसावा. हौसेखातर पूर्वी गिर्यारोहण होत नसावे. केवळ विशिष्ट उद्दिष्ट प्राप्त करण्यासाठीच गिर्यारोहण होत असावे. इतिहासाचा मागोवा घेता रोमनकाळात असे गिर्यारोहण झाल्याची माहिती उपलब्ध झाली आहे. अकराव्या शतकात रोशमेलन या शिखरावर अयशस्वी चढाई तर १३५८ मध्ये बी ऑस्टी नावाच्या इसमाने 'रोशमिलन' शिखरावर यशस्वी चाल केली. तर १४९२ मध्ये बारा माणसांचे एक पथक माऊंट एग्वीवर चढून गेले. सोळाव्या शतकात गेस्मर व सिम्लर हे नावाजलेले गिर्यारोहक युरोपात होऊन गेले. सतरावे शतक मात्र याबाबत काहीच

घडामोडीचे नव्हते. गिर्यारोहणाबद्दलची ग्रंथसंपदा अठराव्या शतकात प्रसिध्द झाली आणि त्यामुळे या छंदास प्रोत्साहन मिळत गेले. मायकेल पॅकर्डने १७८७ मध्ये जिनेव्हातील एक शात्रज्ञ दे सोरपुर याच शिखरावर चढून गेले. त्यांनी प्रथमच गिर्यारोहणाचे आधुनिक तंत्र आणि पद्धतीचा वापर केला. त्यानंतरच्या जवळजवळ नव्वद वर्षाच्या काळात म्हणजे १८७० पर्यंत युरोपमधील बहुतेक सर्वच शिखरावर मानवाने पदार्पण केले. त्यात ग्रोस ग्लॉकनर आर्टलर व्हेटर हॉर्न मॉटरोझ्या, गुंग फ्राऊ फ्रु या गिर्यारोहकांचा समावेश करावा लागेल. गिर्यारोहणाच्या या क्रीडाप्रकारात स्त्रियांचा सहभाग एकोणीसाव्या शतकाच्या अखेरीस दिसून येतो. जसजशी या क्रीडाप्रकाराची लोकप्रियता वाढू लागली तसतशी यावरील विपुल ग्रंथसंपदा निर्माण झाली आणि याच सुमारास युरोपातील गिर्यारोहकांचे लक्ष्य आल्प्स सोडून इतरत्र वळले. आफ्रिकेतील किली मांजारो सन १८८९, दक्षिण अमेरिकेतील आकाकांगूया १८९७, तर बर्फाच्छादित माऊंट मॅक्निले उत्तर अमेरिका १९१३, माऊंट लॉगन कॅनडा सन १९२४, माऊंट पामीर (माँट्यामीर) १९२८ ला सर केले गेले. १९२४ मध्ये ब्रिटिश गिर्यारोहक माऊंट एव्हरेस्ट या शिखरासाठी हिमालयात गेले. त्यांचा हा प्रयत्न यशस्वी झाला किंवा नाही हे रहस्यच राहिले. या मोहिमेतील मेलोरी आणि आयर्विन यांना आपले प्राण गमवावे लागले. यातील मेलोरी यांचा मृतदेह ७५ वर्षांनी सापडला. १९४१ ची ब्रिटिश मोहीम एव्हरेस्ट सर करण्यात अयशस्वी ठरली. त्यानंतरच्या जवळजवळ दहा मोहिमा पण एव्हरेस्ट सर करु शकल्या नाहीत. या मोहिमात १३ गिर्यारोहकांना आपले प्राण गमवावे लागले. अखेर २९ मे १९५३ या दिवशी सर एडमंड हिलरी (न्यूझीलंड) आणि तेनसिंग नोर्गे (नेपाळ) हे एव्हरेस्टवर पदार्पण करणारे पहिले वीर ठरले आणि जगातील गिर्यारोहकांचे लक्ष हिमालयाकडे वेधले गेले. १९५३ ते १९६० या काळात जगातील १३ उंच शिखरे मानवाने सर केली. या सर्व गिर्यारोहण मोहिमांत ब्रिटिश, इटालियन, फ्रेंच, अमेरिकन, न्यूझीलंडर्सनी भाग घेतला होता. या साहसी खेळाकडे मानव एवढा आकर्षित झाला की प्रत्येक वर्षी नवीन उत्साहाने छोटीमोठी कठीण शिखरे नवनवीन मार्गनि चढून जाण्याचे जणू काही वेडच लागले. गिर्यारोहणाच्या या क्रीडाप्रकारात महिलाही पुरुषांच्या बरोबरीने भाग घेऊ लागल्या. अखेर १६ मे १९७५ या दिवशी दुपारी साडेबारा वाजता जुंको ताबेई ही जपानी महिला एव्हरेस्टवर पोहोचली व जगातील पहिली महिला एव्हरेस्ट वीरांगना ठरली आणि तिने पुरुषांची या क्षेत्रातील मक्तेदारी संपविली. या घटनेच्या

केवळ अकरा दिवसानंतर श्रीमती फांथोग ही चिनी महिला आठ पुरुष साथीदारांसह उत्तरेकडील बाजूने एव्हरेस्ट चढली. सन १९६० मध्ये याच मार्गानि वाँगचू व चूइन हे दोघे चिनी गिर्यारोहक एव्हरेस्टवर गेले होते. त्यांचा हा दावा पंधरा वर्षानंतर म्हणजे १९७५ मध्ये नेपाळी अधिकाऱ्यांनी मान्य केला.

मागोवा भारतीय गिर्यारोहणाचा :

गिर्यारोहण क्षेत्रात उशिरा पदार्पण करणाऱ्या भारतीय गिर्यारोहकांचे कार्यही तितकेच उल्लेखनीय आहे. भारताच्या उत्तर सीमेवर असलेला हिमालय हा जगातील सर्व पर्वतांपेक्षा उंच आणि मोठी पर्वत शृंखला असलेला आहे. तर जगातील सर्वोच्च शिखर एव्हरेस्ट हे त्याचे भूषण आहे. या पर्वतमालेत चोवीस ते अठ्ठावीस हजार फूट उंचीची १६० शिखरे आहेत आणि त्यामुळेच हिमालयाकडे जगातील गिर्यारोहक आकर्षित होत आहेत. भारतीयांच्या मनात हिमालयास एक वेगळेच स्थान आहे. यमनोत्री, गंगोत्री, केदारनाथ, बद्रीनाथ अमरनाथ, कैलास मानस सरोवर, हेमकुंड पंचकेदार ही पवित्र तीर्थक्षेत्रे आहेत. भाविक आणि यात्रेकरू या तीर्थस्थानांना अनेक अडचणी, हाल अपेष्टांना तोंड देऊन भेट देत असतात. चारधाम यात्रा ही एक या आयुष्यातील इतिश्री. इतर देशातील गिर्यारोहक जेंव्हा हिमालयात मोहिमांवर येत असतात, तेव्हा त्यांना तेथील स्थानिक लोक, शेर्पा नेपाळी भारवाहक म्हणून मदत करीत आहेत. तेथील जनतेचे ते एक उपजीविकेचे साधन आहे. भारतात गिर्यारोहण या क्रीडाप्रकारास एकोणिसाव्या शतकात सुरुवात झाली असली, तरी १९२८ साली 'हिमालय क्लब' ची स्थापना झाली आणि भारतात गिर्यारोहणाचा ओनामा घातला गेला. २९ मे १९५३ या दिवशी एव्हरेस्टवर सर्वप्रथम माथा टेकणारा तेनसिंग नोर्गे हा पहिला शेर्पा आणि भारतीय आहे. भारताच्या या यशाची पावती म्हणजे दार्जिलिंग येथे १९५४ ला स्थापन केली गेलेली 'हिमालयन माऊंटेनिअरिंग इन्स्टिट्यूट.' आणि यामागची प्रेरणा होती भारताचे पहिले पंतप्रधान पंडित जवाहरलाल नेहरू. गिर्यारोहणाचे शास्त्रशुध्द प्रशिक्षण, आधुनिक तंत्रांची ओळख व उपयोग भावी गिर्यारोहकांना करून देण्यात ही संस्था यशस्वी झाली असल्याचे दिसून येते. भारतात गिर्यारोहणाचे प्रशिक्षण, शिखर मोहिमा, त्यास लागणारी आवश्यक साधने आणि मोहिमांना उत्तेजन देण्यासाठी १९५७ साली, 'भारतीय गिर्यारोहण प्रतिष्ठान' ची स्थापना केली गेली आणि १९५८ साली 'चो ओयू' ची यशस्वी शिखर मोहीम भारतीयांच्या हिमालयातील शिखर मोहिमांना प्रोत्साहन

देणारी ठरली. गिर्यारोहणाच्या प्रगत शिक्षणाची वाढती मागणी लक्षात घेऊन १९६१ मध्ये तेव्हाच्या पंजाब सरकारने मनाली येथे इन्स्टिट्यूट ऑफ माऊंटेनिअरिंग अँड अलाइड स्पोर्ट्स, आता तिचे नाव आहे अटल बिहारी बाजपेयी इन्स्टिट्यूट ऑफ माऊंटेनिअरिंग अँड अलाइड स्पोर्ट्स मनाली (आता हिमाचल प्रदेश), सिक्कीम राज्याची, 'सोनम ग्यात्स्यो माऊंटेनिअरिंग इन्स्टिट्यूट' २५ सप्टेंबर १९६३ ला गंगटोक येथे स्थापन झाली; ती प्रस्तरारोहण, बर्फातील साहस सहली, हिमशिखरे आणि गिर्यारोहण मोहिमांतून होतकरूंना साहसी खेळांचे प्रशिक्षण देण्यासाठी. गिर्यारोहकात "नीम" या नावाने जास्त परिचित असणारी (नेहरु इन्स्टिट्यूट ऑफ माऊंटेनिअरिंग) ही चवथी गिर्यारोहण प्रशिक्षण संस्था. उत्तर काशी येथे गिर्यारोहण प्रशिक्षण संस्था स्थापन करण्याबद्दलची शिफारस आणि प्रस्ताव संरक्षण मंत्रालय भारत सरकार आणि उत्तरप्रदेश सरकारने १९६४ मध्ये केली. 'गुजरात स्टेट माऊंटेनिअरिंग इन्स्टिट्यूट' ची स्थापना ध्रुवकुमार पांड्या यांच्या हस्ते १ फेब्रुवारी १९६५ ला दिलपसंत बंगलो या ठिकाणी झाली. जुलै १९६९ ला ती साधना भवन येथे नेली आणि संस्थेच्या नावात १९९६ ला 'स्वामी विवेकानंद इन्स्टिट्यूट ऑफ माऊंटेनिअरिंग' असा बदल केला. भारत सरकार आणि पर्यटन विभाग यानी १९६९ ला गुलमर्ग येथे, 'इंडियन इन्स्टिट्यूट ऑफ स्किईंग अँड माऊंटेनिअरिंग'ची स्थापना केली ती युवकांमध्ये साहसी खेळांची आवड निर्माण व्हावी, तसेच या माध्यमातून राज्यातील पर्यटन उद्योगास चालना मिळावी या उद्देशाने मणिपूर माऊंटेनिअरिंग अँड ट्रेकिंग असोशिएशनची स्थापना २१ सप्टेंबर १९८० ला झाली. त्यांची पहिली मोहीम ही शिराॅय एक्स्पिडिशन ज्यात मणिपूर राज्यातील ३०० उत्साही युवकांनी भाग घेतला होता. संस्थेचे नाव आहे मणिपूर माऊंटेनिअरिंग इन्स्टिट्यूट आणि प्रतीक- चिन्ह आहे, 'हायर अँड हायर टुवर्ड्स लाईफ गोल!' 'जवाहर इन्स्टिट्यूट ऑफ माऊंटेनिअरिंग अँड विंटर स्पोर्ट्स, नुनवान पहलगाम' या संस्थेची स्थापना २५ ऑक्टोबर १९८३ या दिवशी आरू, पहलगाम येथे झाली, ती अनेक साहसी क्रीडा एकाच ठिकाणी आणि जवळजवळ असाव्यात या विचाराने. कर्नाटक सरकारने १९८९ मध्ये साहस प्रबोधिनीची स्थापना केली. प्रबोधिनीचे नाव 'जनरल के. एस. थिमय्या नॅशनल अॅडव्हेंचर अॅकॅडमी' असे ठेवले. बर्फाच्छादित शिखरे वगळता सर्व परिसर बहिस्थ उपक्रमांसाठी अतिशय योग्य असाच आहे. भारतातील प्रसिध्द मुष्टियोध्दी सरिता देवी यांच्या हस्ते २४ जानेवारी २०१५ला, 'गार्डियन

गिरिप्रेमी इन्स्टिट्यूट ऑफ माऊंटेनिअरिंग' या महाराष्ट्रातील पहिल्या गिर्यारोहण प्रशिक्षण संस्थेची स्थापना झाली ती डोंगर प्रेमींच्या सह्याद्रीच्या कुशीत. गिर्यारोहण प्रबोधिनीची स्थापना करण्याचे पुणेकरांचे स्वप्न प्रत्यक्षात आणले ते गिरिप्रेमींना मिळाले या गार्डीयन कॉर्पोरेशनच्या सहकार्यामुळे. या संस्थांमधून गिर्यारोहणाचा प्राथमिक आणि प्रगत, सूचना पध्दती (मेथड ऑफ इन्स्ट्रक्शन) अभ्यासक्रम तसेच गिर्यारोहण मोहिमांसाठी उपकरणे, साहित्य मार्गदर्शन देणे इत्यादी कार्यक्रम राबवले जातात. देशातील सर्व राज्यातील पुरुष आणि महिला या अभ्यासक्रमासाठी येत आहेत. १९५२ साली सोहनसिंग यांच्या नेतृत्वाखालील 'पंचशूली' शिखर मोहीम अयशस्वी झाली, पण १९५३ ची तिकोरे यांच्या नेतृत्वाखालील 'पंचशूली' शिखर मोहीम ही पहिली भारतीय यशस्वी गिर्यारोहण मोहीम म्हणता येईल. या नंतर अभिगामिन, कामेट, मेजर नंदू जयाल यांच्या नेतृत्वाखालील १९५५ ची मोहीम, १९५८ ची केकी बुनाशाची चो ओयु मृगधुनी, १९५९ मधील नंदाकोट, चौखंबा, बंदरपूछ, १९६० ची नंदाघंटी, १९६१ ची अन्नपूर्णा, ४ नीलकंठ, मृकटोली, देविस्थान या यशस्वी शिखर मोहिमांनंतर १९६० मध्ये एव्हरेस्टचा पहिला प्रयत्न करण्यात आला. १९५३ ते १९६० या काळात ६३०० मीटर उंचीवरील दहा ते बारा शिखरे सर केली गेली. ब्रिगेडिअर ग्यानसिंग यांचा एव्हरेस्ट प्रयत्न केवळ २१३ मीटर्स इतके अंतर राहिले असता खराब हवेमुळे सोडून द्यावा लागला. अशा प्रसंगी शिखर सर करण्याबरोबरच सर्वांनी सुरक्षित परत येणेही तितकेच महत्त्वाचे असल्याचा धडा मिळाला. या मोहिमेचे वैशिष्ट्य म्हणजे संपूर्ण भारतीय बनावटीची साधनसामग्री या मोहिमेसाठी वापरली होती.

भारताची पहिली यशस्वी एव्हरेस्ट मोहीम १९६५ साली कॅप्टन मोहनसिंग कोहली यांच्या नेतृत्वाखाली पार पडली आणि एकाच मोहिमेतील नऊ सदस्य एव्हरेस्टवर जाऊन आले. यात नवांग गोंबू यांनी दुसऱ्यांदा एव्हरेस्टवर जाण्याचा मान पटकावला, तर आंगकामे हा जगातील सर्वात लहान गिर्यारोहक ठरला.

गिर्यारोहणात भारतीय महिलांचा सहभाग :

भारतातील महिलाही गिर्यारोहण क्षेत्रात मागे नव्हत्या. १९५९ मध्ये तेनसिंग नोर्गे यांची मुलगी 'नीमा' चो ओयू मोहिमेवर गेली होती. तिच्या या धाडसाची दखल हिमालयन माऊंटेनिअरिंग इन्स्टिट्यूटने घेऊन १९६१ साली महिलांना गिर्यारोहण प्रशिक्षण देण्यास सुरुवात केली; तर १९६७ पासून नेहरू इन्स्टिट्यूट

ऑफ माऊंटेनिअरिंग उत्तर काशी येथे महिलांच्या प्रशिक्षण अभ्यासक्रमास सुरुवात केली. गिर्यारोहणाच्या प्रगत शिक्षणामुळे भारतीय महिला आणि परदेशी महिला गिर्यारोहण मोहिमांचे नेतृत्व करु लागल्या. त्यात उल्लेख करावा लागेल तो कोकतांग, गंगोत्री पुष्पा आठवले व नंदिनी पटेल १९६३ मध्ये मैत्री, १९६४ मृगथुनी, १९६६ कोकतांग व गंगोत्री, १९६७ रोवती, १९६८ कैलास, १९७० त्रिशूल १९७१ च्या देवतिब्बा या परदेशी मोहिमांचे नेतृत्व भारतीय महिलांनी केले यासर्वात कळस चढवणारी घटना घडली ती २३ मे १९८४ या दिवशी बचेंद्री पाल या भारतीय महिलेने एव्हरेस्ट सर करुन ती पहिली भारतीय तर जगातील ५ वी महिला एव्हरेस्ट वीरांगना ठरली. यानंतर संतोष यादव या भारत तिबेट सीमा पोलिस दलातील भारतीय महिलेने १९९२ आणि १९९३ असे लागोपाठ दोन वेळा एव्हरेस्ट सर करणारी जगातील पहिली महिला म्हणून मान मिळवला.

महाराष्ट्राचा गिर्यारोहणात सहभाग :

महाराष्ट्राचा गिर्यारोहणातील वाटाही तितकाच महत्त्वाचा आहे. भारतीय गिर्यारोहणाच्या इतिहासातील महाराष्ट्राचा वाटा सुरुवातीपासून आहे. मुंबई, पुणे इथले गिर्यारोहक हिमालयातील मोहिमांमध्ये आहेत. मनाली, उत्तर काशी, दार्जिलिंग येथील गिर्यारोहण प्रशिक्षण संस्थेत शिक्षण घेणाऱ्यात महाराष्ट्राचा वाटा फार मोठा आहे. एव्हरेस्टवरील विजयानंतर मुंबई आणि पाठोपाठ पुण्यात गिर्यारोहण मंडळे स्थापन झाली आणि महाराष्ट्रातील गिर्यारोहणास चालना मिळाली. मुंबई विश्व विद्यालय गिर्यारोहण सोसायटी, गिरिविहार आणि क्लाइंबर्स क्लब तर १९६५ साली पुण्यात स्थापन झालेली भारत आउटवर्ड बाउंड पायोनिअर्स यानी महाराष्ट्रात गिर्यारोहणाचा पाया घातला. १९६६ साली गिरिविहारने हिमालयातील हनुमान तिब्बा शिखरावर पहिला विजय नोंदविला. १९६७ साली पुण्याच्या भारत आउटवर्ड बाउंड पायोनिएस्ने 'सुदर्शन' शिखर चढून जाण्यात यश मिळवले. या नंतर प्रा. रमेश देसाई यांच्या ४ जून १९७० ला बेथरटोली सर केले. डॉ. मीना अग्रवाल यांनी १९७१ मध्ये 'त्रिशूल', बी.डब्ल्यू. वागळे या पुण्यातील गिर्यारोहकाने ३ जून १९७१ ला कालिंदी शिखरावर भारताचा तिरंगा रोवला. गिर्यारोहणातील द्रोणाचार्य डॉ. बापूकाका पटवर्धन यांनी भागीरथी ४ हे शिखर १९७२ मध्ये मिनू मेहता यांच्या साथीने सर केले. महिलापण यात मागे नव्हत्या. डॉ. कुमुद सोराब यांच्या नेतृत्वाखाली 'जोगीन ३' हे शिखर पूर्ण महिलांच्या तुकडीने सर केले. यात कु.पद्मा मेहता, विजया गद्रे, ललिता पाटील,

नंदिता नित्यानंद, उष:प्रभा पागे, हेमा दाते या पुण्या-मुंबईतील महिला सहभागी झाल्या होत्या. १९६५ च्या यशस्वी एव्हरेस्ट मोहिमेतील डॉक्टर लाला तेलंग हे पुण्याचेच होते. महाराष्ट्राच्या दृष्टीने दुर्दैवाची घटना म्हणजे १९९२ मध्ये डॉ. कुलकर्णी यांच्या नेतृत्वाखाली एव्हरेस्टवरील पहिली नागरी मोहीम यशस्वी होऊ शकली नाही. डॉ. कुलकर्णी या उत्तम गिर्यारोहकास आपण या मोहिमेत गमावून बसलो. आंध्र प्रदेशातील नेल्लोरचा रहिवाशी मल्ली मस्तान बाबू यांनी १७२ दिवसात जगातील सात खंडातील सर्वाधिक उंचीची पर्वत शिखरे पादाक्रांत करण्याचा जागतिक विक्रम केला. यापूर्वी न्यूझीलंडच्या रॉब हॉलने २०० दिवसात ही शिखरे गाठली होती. बाबू हा आय.आय.टी. खरगपूर आणि आय.आय.एम. कोलकताचा विद्यार्थी. ३१ मार्च २०१५ ला चिली-अर्जेंटिना सीमेवरील ट्रेस क्रूसेसवरील चढाईत बेपत्ता झाला आहे. काठमांडूच्या ८१ वर्षीय मिन बहादूर शेरचान आणि जपानच्या ८१ वर्षांचे युईचिरोमियुरा हे दोघे एव्हरेस्ट शिखर सर करायला निघाले आहेत. या दोघांनी वयाच्या १७ व्या वर्षी एव्हरेस्ट मोहीम यशस्वीपणे पूर्ण केली होती. हिरकमहोत्सवाची सांगता होताना या जोडीने एव्हरेस्ट सर केले आहे. असाच एक विक्रम केला आहे तो अरुणीमा सिन्हा या अपंग महिलेने. गुंडांनी चालत्या रेल्वेतून फेकल्याने एक पाय गमावला, तर दुसऱ्या पायात दोन स्टिल रॉड घातले आहेत. बचेंद्री पाल याच्याकडून गिर्यारोहणाचे प्रशिक्षण घेतलेल्या अरुणीमाने २१ मे २०१३ या दिवशी सकाळी १०.५५ ला सतरा तासांच्या अथक चढाईनंतर एव्हरेस्टवर भारतीय तिरंगा फडकावून एका आगळ्या वेगळ्या विक्रमाची नोंद केली ती पहिली अपंग महिला एव्हरेस्ट वीरांगना म्हणून. शुक्रवार दिनांक २४ मे २०१९ पहाटे आदिवासी विकास विभागाच्या 'मिशन शौर्य' या प्रकल्पांतर्गत महाराष्ट्र राज्यातील नऊ आदिवासी विद्यार्थ्यांनी माउंट एव्हरेस्टवर भारताच्या तिरंग्याचे ध्वजारोहण केले. यात सहा विद्यार्थी आणि तीन विद्यार्थिनींनी ही मोहीम फत्ते केली. या मोहिमेचे नेतृत्व सुरगणा तालुक्यातील हस्ते येथील हेमलता गायकवाड या अकरावीत शिकणाऱ्या आदिवासी मुलीने केले. या आधी नागपूर जिल्ह्यातील कुडी-मांढळ येथील शेतकरी पुत्र प्रणव बांडेबुचे याने अनेक अडचणींवर मात करून सोमवार २१ मे २०१९ ला एव्हरेस्टवर जाऊन आपले स्वप्न पूर्ण केले. मुरादाबाद येथील राष्ट्रीय स्वयंसेवक संघाचे स्वयंसेवक विपीन चौधरी यांनी माउंट एव्हरेस्टवर भारतीय तिरंगा २४ मे २०१९ ला फडकावला. कामी रिटा शेर्पा यांनी १५ मे २०१९ ला एव्हरेस्टवर २३ वेळा माथा टेकवला. २१ मे २०१९ ला भारताच्या

पोलिस दलातील सदस्यांना घेऊन कामी रिटा शेर्पा यांनी आपलाच विक्रम मोडून २४ वेळा एव्हरेस्टवर जाणारे गिर्यारोहक म्हणून आपले नाव नोंदविले. या वर्षाच्या एव्हरेस्ट दिन २९ मेला दिलेली ही अमूल्य भेटच आहे. या चांगल्या घटनेला दु:खाची किनार लागली ती सोलापूर जिल्ह्यातील निहाल बागवान आणि मुबई येथील अंजली कुलकर्णी या दोन एव्हरेस्ट वीरांचे मोहीम पूर्ण झाल्यावर बेसकँप ४ ला येताना ऑक्सिजनच्या कमतरतेमुळे निधन झाले. या हंगामात आतापर्यंत १० गिर्यारोहकांनी प्राण गमावले आहेत. या वर्षी प्रकर्षाने जाणवलेली गोष्ट म्हणजे एव्हरेस्ट ट्रॅफिक जॅम! कदाचित गिर्यारोहकांच्या मृत्यूस हे कारण असावे. या गिर्यारोहकांना विनम्र श्रद्धांजली!

माऊंट एव्हरेस्ट या जगातील सर्वांत उंच शिखरावर भारताचा तिरंगा आणि शिवरायांचा भगवा ध्वज औरंगाबादच्या मनीषा वाघमारे यांनी सोमवार २१ मे २०१८ सकाळी आठ वाजून दहा मिनिटांनी रोवला. गेल्या वर्षी १७० मीटर अंतर बाकी असताना खराब हवेमुळे मनीषाला माघारी यावे लागले होते. त्याने खचून न जाता मनीषाने यावर्षी अधिक जोमाने आणि आत्मविश्वासाने हे यश संपादन करून एव्हरेस्ट दिनाची ही अनमोल भेटच दिली आहे. मनीषा ही एव्हरेस्टवर जाणारी मराठवाड्यातील पहिलीच महिला गिर्यारोहक आहे. लव्हार्डे (ता. मुळशी) येथील भगवान भिकोबा चवले या ३५ वर्षीय युवकाने दुर्दम्य इच्छाशक्ती आणि आत्मविश्वासाच्या बळावर माऊंट एव्हरेस्ट गुरुवारी दिनांक १७ मे २०१८ सकाळी ८.५०ला सर केले. २०१७ मध्ये चवले यांना केवळ १०० मीटर अंतर असताना वादळी वाऱ्यामुळे परत यावे लागले होते. चंद्रपूर येथील आश्रम शाळेतील चार आदिवासी विद्यार्थ्यांनी १६ मे २०१८ला एव्हरेस्टवर तिरंगा फडकावून आकांक्षापुढती जिथे गगन ठेंगणे या काव्यपंक्ती सार्थ ठरविल्या. यातील आणखी दोघे जण एव्हरेस्टच्या मार्गावर आहेत आणि तेही यात यशस्वी होतील. उर्वी पाटील या दहा वर्षाच्या महाराष्ट्रकन्येने १३ हजार ८०० फुटावरील 'सरपास' शिखर सर केले. एवढ्या लहान वयात सरपासवर जाणारी ती पहिलीच महाराष्ट्रीय मुलगी आहे. या मागोमाग साताऱ्याच्या प्रियांका मोहिते हिने ल्होत्से शिखर सर केले. ती ल्होत्सेवर जाणारी जगातली सर्वांत लहान गिर्यारोहक ठरली आहे.

गिर्यारोहणाच्या या प्रवासात आपण अनेक निष्णात गिर्यारोहक गमावले आहेत. डॉ. मीनू मेहता, भरत मांगरे, नंदू पागे, विजय महाजन, अरुंधती जोशी आणि

डॉ. डी.टी.कुलकर्णी. या निष्णात अनुभवी गिर्यारोहकांना आपण मुकलो आहोत. स्थानिक गिर्यारोहणातसुध्दा आपण काही होतकरू गिर्यारोहक गमावले आहेत. हिमालयातील मोहिमांबरोबरच महाराष्ट्रातील अवघड सुळके चढून जाण्यात अनेक गिर्यारोहक यशस्वी झाले आहेत.

महाराष्ट्रातून १९८० पर्यंत मोठा प्रमाणावर गिर्यारोहण मोहिमा काढल्या गेल्या. जस जसा या मोहिमांचा खर्च वाढू लागला, तसतसे वारंवार अशा मोहिमा काढणे गिर्यारोहण संस्थांना आर्थिक दृष्ट्या अशक्य होऊ लागले.

त्यानंतरच्या काळात हिमालयातील साहस सहली लोकप्रिय होऊ लागल्या आणि दरवर्षी हजारो युवक, युवती, बाल तसेच ज्येष्ठ हिमालयाची वारी करु लागले. सक्षम गिर्यारोहकांप्रमाणे अपंग गिर्यारोहकांनाही हिमालय दर्शनाचा आनंद घेता आला. महाराष्ट्रात मुंबई, पुणे, नागपूर, कोल्हापूर, सांगली, सातारा, छत्रपती संभाजीनगर, अमरावती, इत्यादी ठिकाणी आता गिर्यारोहक मंडळ अस्तित्वात आहेत आणि ही मंडळ वर्षभर सह्याद्रीत साहस सहली आयोजित करीत असून एप्रिल ते ऑगस्ट मध्ये हिमालयातील साहस सहलींचे आयोजन करीत आहेत. पुण्यात आता तीसच्या वर गिर्यारोहण संस्था कार्यरत आहेत. या संस्था वर्षभर पुण्याच्या आसपास एक वा दोन दिवसांच्या साहस सहली काढत आहेत. एप्रिल, मे, ऑगस्ट सप्टेंबरमध्ये हिमालयात साहस सहलींचे आयोजन करतात. यात पुणे माउंटेनिअर्स, भारत आउटवर्ड बाऊंड पायोनिअर्स, युवाशक्ती, युथ होस्टेल, गिरिभ्रमण, गिरिप्रेमी, पुणे व्हेंचरर्स, झेप, इत्यादी संस्था आघाडीवर आहेत. गिर्यारोहणाची ओळख करून देण्यासाठी गंगोत्री येथील स्वामी सुंदरानंदजी यांच्या रंगीत छायाचित्रांचे प्रदर्शन आणि रंगीत पारदर्शिकांवर आधारित व्याख्यानाचा लाभ पुणेकरांनी घेतला आहे. एव्हरेस्टवीर तेनसिंग नोर्गे यांचा सत्कारही पुण्यात केला होता आणि पुण्यातील गिर्यारोहकांना या एव्हरेस्टवीराची प्रत्यक्ष भेटून बोलण्याची संधी मिळाली. ही गिर्यारोहण मंडळे सह्याद्रीमधील गडकोटकिल्ल्यास भेट देत असतात. शिवराज्याभिषेक त्रिशत संवत्सरी उत्सव रायगडावर साजरा झाला. त्यासाठी भारताच्या पंतप्रधान श्रीमती इंदिरा गांधी रायगडावर आल्या होत्या. या कार्यक्रमासाठी शिवाजी महाराजांच्या समाधीस अभिषेक करण्यासाठी महाराष्ट्रातील निरनिराळ्या गडांवरील गडगंगा अनेक गिर्यारोहण संस्थांनी मुद्दाम त्या त्या गडांवर जाऊन आणल्या होत्या. या गडगंगेने महाराजांच्या समाधीस अभिषेक केला.

एव्हरेस्टवरील पहिल्या भारतीय तुकडीच्या विजयाच्या रौप्यमहोत्सवाचा एक भाग म्हणून त्या तुकडीतील सभासदांनी पुण्यास भेट दिली होती. त्यांना सिंहगडावर प्रस्तरारोहणाची प्रात्यक्षिके आणि संध्याकाळी त्यांचा सत्कार असा कार्यक्रम पुण्यातील सर्व गिर्यारोहण संस्थांनी मिळून केला होता. पुण्यात गिर्यारोहण या क्रीडाप्रकारास लोकप्रियता मिळवून देण्यात कै. नारायण कृष्ण तथा आबासाहेब महाजन, कै. डॉ. जी. आर. ऊर्फ बापूकाका पटवर्धन, कै. प्रो. दा. रा. गोळे आणि कै. प्रकाश गोळे यांचे मार्गदर्शन, परिश्रम आणि त्यांचा प्रत्यक्ष सहभाग नक्कीच मोलाचा आहे. वयाची नव्वदी पार केल्यानंतरही अत्यंत उत्साहाने आबा रविवार-गुरुवार सिंहगडावर हमखास भेटायचे. एप्रिल/मे आणि ऑगस्ट सप्टेंबर हा काळ हिमालयातील भ्रमंतीसाठी राखून ठेवत पुण्याचे एक गिर्यारोहक प्रकाश माचनुरकर यांची अंटार्क्टिकावरील १५ महिन्याच्या अभ्यास शिबिरासाठी निवड झाली. अंटार्क्टिकावरील आपल्या दक्षिण गंगोत्री आणि मैत्री या केंद्रांवर राहून त्यांनी संशोधन कामास हातभार लावला होता. त्यामागे श्री. माचनुरकर यांचे गिर्यारोहणातील कौशल्य, अनुभव महत्त्वाचे आहे. ते एक प्रशिक्षित निष्णात व उत्तम गिर्यारोहक आहेत आणि उत्तम छायाचित्रकार आहेत. त्याना ही संधी दोनदा मिळाली आहे. दोन वेळ अंटार्क्टिकावर तेही सव्वा वर्षांचा मुक्काम असा दुर्मिळ मान माचनुरकरांना मिळाला आहे. पुणेकरांच्या दृष्टीने ही अभिमानाची गोष्ट आहे. कै. डॉ. डी. टी. कुलकर्णी यांचा एव्हरेस्टवरील विजय हुकला, परंतु सुरेंद्र चव्हाण यांनी एव्हरेस्टवर भारताचा तिरंगा आणि शिवरायांचा भगवा झेंडा फडकावला.

या पाच दशकाच्या गिर्यारोहण वाटचालीत आता कांही गैरप्रकार घडत आहेत. केवळ अर्थार्जनाचे साधन म्हणून व्यावसायिक दृष्टीने याचा उपयोग केला जात आहे. त्यामुळे मूळ उद्देशापासून आपण दूर जात आहोत. पर्यावरणास हानीकारक असे हे पर्यटन होऊ लागले आहे. यावर वेळीच उपाययोजना केली नाही, तर गडकोट किल्ले हे प्लॅस्टिक, मद्याच्या बाटल्या यांच्या ढिगाऱ्याने झाकले जातील. आता गरज आहे ती या सर्व मंडळांनी एक आचारसंहिता तयार करण्याची व त्याचे कसोशीने पालन करण्याची! पर्यटकांना प्रशिक्षण, पर्यावरणास हानी पोहोचविणार नाही असे पर्यटन असावे.

२. गिर्यारोहण शिखर संस्था -
भारतीय गिर्यारोहण प्रतिष्ठान, नवी दिल्ली

१५ ऑगस्ट १९४७...भारतास स्वातंत्र्य मिळाले आणि भारताचा राष्ट्रध्वज मोठ्या दिमाखात दिल्ली येथील लाल किल्ल्यावर फडफडू लागला. स्वतंत्र भारतातील प्रत्येक घटना भारतीयांच्या अस्मितेशी निगडित होत्या. हिमालयास भारतीयांच्या मनात श्रद्धा-भक्तीचे स्थान आहे. देवभूमी म्हणून ओळखल्या जाणाऱ्या हिमालयात यमुनोत्री, गंगोत्री, केदारनाथ, बद्रीनाथ ही तीर्थक्षेत्रे, मसुरी, नैनीताल, दार्जिलिंग ही थंड हवेची ठिकाणे आणि गिर्यारोहकांच्या साहसास साद देणारी हिमालयातील अगणित हिमशिखरे. अशा या हिमालयात २९ मे १९५३ या दिवशी जगातील सर्वोच्च शिखरावर म्हणजे माउंट एव्हरेस्टवर प्रथमच मानवाने माथा टेकला. सर एडमंड हिलरी आणि तेनसिंग नोर्गे यांनी या ठिकाणी प्रथम जाऊन जगातील या सर्वोच्च उंचीच्या शिखरावर जाणारे पहिले गिर्यारोहक म्हणून ते इतिहासात नोंदले गेले. स्वातंत्र्यप्राप्तीनंतर देशातील नागरिक आणि सैन्यदल यांनाही हिमालयाचे आकर्षण वाटू लागले. यातूनच साकारली ती हिमालयातील चो ओयु (८२०१ मीटर) उंचीच्या शिखरावर जाणारी मोहीम आणि या मोहिमेच्या संयोजनासाठी 'चो ओयु शिखर मोहीम संयोजन समिती' ची स्थापना झाली १९५७ मध्ये. १५ मे १९५८ या दिवशी चो ओयु शिखरावर भारताचा तिरंगा

फडकला. या शिखर मोहिमेच्या यशामुळे संयोजकांची उमेद वाढली आणि अशा प्रकारच्या शिखर मोहिमा आयोजित करण्यास ही समिती कटिबद्ध झाली. हाच दिवस भारतीय गिर्यारोहण प्रतिष्ठानचा स्थापना दिवस मानला जातो. १९५९ मध्ये या समितीच्या नावात बदल झाला तो, 'एव्हरेस्ट शिखर मोहीम संयोजन समिती' असा. १५ जानेवारी १९६१ या दिवशी कायम स्वरूपाची अशा 'भारतीय गिर्यारोहण प्रतिष्ठान (इंडियन माऊंटेनिअरिंग फौंडेशन)' या नावाने गिर्यारोहण क्षेत्रातील शिखर संस्थेची अधिकृत स्थापना झाली आणि ३ नोव्हेंबर १९६१ ला संस्थेची नोंदणी झाली. १५ मे १९५८ हा अधिकृत स्थापना दिन असल्याने हिमालयीन माऊंटेनिअरिंग अँड टूरिझम मीट ही तीन दिवसांची आंतरराष्ट्रीय परिषद मे १९८३ मध्ये आयोजित करून रौप्यमहोत्सवाची सांगता केली होती. १५ मे २००८ या दिवशी 'भारतीय गिर्यारोहण प्रतिष्ठान'ने आपला सुवर्णमहोत्सव साजरा केला. तर २०१८ ला हीरक महोत्सव झाला या सहा दशकांच्या वाटचालीत प्रतिष्ठानने गिर्यारोहणास राष्ट्रीय, राज्य पातळीवर प्रतिष्ठा आणि एक साहसी क्रीडा प्रकार म्हणून जनमान्यता प्राप्त करून दिली आहे. जनतेत आता या क्रीडाप्रकाराची आवड निर्माण झाली आहे, हे हिमालयात देशातील जनतेच्या वाढलेल्या ओघावरून दिसून येते. प्रतिष्ठानच्या गेल्या सहा दशकांच्या वाटचालीचा मागोवा घेण्याचा हा एक अल्पसा प्रयास आहे.

'भारतीय गिर्यारोहण प्रतिष्ठान द इंडियन माऊंटेनिअरिंग फौंडेशन (आय. एम.एफ.)' ही भारतातील गिर्यारोहण आणि साहसी क्रीडाक्षेत्रातील शिखर संस्था आहे. या प्रतिष्ठानचे उद्दिष्ट आहे गिरिभ्रमण मोहिमांसाठी संघटन, सहकार्य आणि सहाय्य, बर्फावरून घसरण्याच्या खेळाचे प्रशिक्षण, प्रस्तरारोहण आणि उंचीवरील साहस सहली यांना पायाभूत सुविधा, मदत, तांत्रिक सहाय्य देण्याबरोबरच या साहसी क्रीडाप्रकारास प्रोत्साहन, उत्तेजन आधार आणि कार्यवाही करण्याबरोबर हिमालयाचे पर्यावरणीय संतुलन राखणे.

यासाठी भारतीयांच्या हिमालयातील मोहिमांचे संयोजन, राष्ट्रीय आणि आंतरराष्ट्रीय परिषद, प्रशिक्षण, पर्यावरण, हिमालय स्वच्छता मोहिमांचे आयोजन आणि प्रस्तरारोहण स्पर्धांचे आयोजन करीत आहे. हे करीत असतानां भारत सरकारच्या क्रीडा, गृह, संरक्षण, पर्यटन आणि पर्यावरण मंत्रालयांशी सातत्याने संपर्कात राहून, परदेशी गिर्यारोहकांच्या मोहिमांस परवानगी देऊन, हिमालयात मोहिमांचे आयोजन करीत आहे. भारतीय गिर्यारोहण प्रतिष्ठान हिमालयातील शिखरांवर मोहिमा काढणे,

तसेच अशा मोहिमांना प्रायोजक म्हणूनही काम करते. देशातील सरकारी निमसरकारी, खासगी अशा गिर्यारोहणांचे शिक्षण देणाऱ्या संस्था आणि जवळ जवळ तीनशेच्या वर गिर्यारोहक साहसी क्रीडा संस्था या भारतीय गिर्यारोहण प्रतिष्ठानशी संलग्न आहेत.

गिर्यारोहण प्रशिक्षण संस्थांना अधिकृतता आणि आर्थिक सहाय्य देणे, तसेच हिमालयातील शिखर मोहिमांसाठी संस्थाना परवानगी देणे, शिखर राखून ठेवणे, आर्थिक आणि तांत्रिक मदतही देणे, हिमालयातील शिखरांची मोहिमांसाठी नोंदणी करणे, तसेच भारत सरकार आणि राज्य सरकार यांच्याकडून याबाबत योग्य ती परवानगी घेण्यास मदत करते. भारताबरोबरच इतर देशातील गिर्यारोहकांना हिमालयातील शिखर मोहिमांसाठी परवानगी, शिखरांची नोंदणी, त्यांना लागणारी स्थानिक मदत, भारवाहक, मार्गदर्शक, त्याचबरोबर अशा मोहिमांसाठी भारतीय संपर्क अधिकाऱ्याची नियुक्ती करते. हे संपर्क अधिकारी प्रशिक्षित आणि अनुभवी व स्थानिक असल्याने परदेशी गिर्यारोहकांना चांगली मदत होते. तसेच भारतीय गिर्यारोहकांनाही अशा परदेशी मोहिमांत भाग घेण्याची संधी उपलब्ध होत आहे. प्रशिक्षणासाठी शिबिरे, कृत्रिम प्रस्तरावर सराव, त्यांच्या स्पर्धांचे आयोजन, तसेच सुवर्णपदक, प्रशिक्षणासाठी शिष्यवृत्ती देऊन आर्थिक दुर्बल असलेल्यांना यात भाग घेण्याची संधी दिली जात आहे. यापुढील काळातही ही संस्था गिर्यारोहणाबरोबर पर्यावरण संतुलन, संरक्षण, वनसंवर्धन यासाठी काम करणार आहे. संपर्कासाठी पत्ता खाली दिला आहे.

Indian Mountaineering Foundation
Â 6, Benito Juarez Marg, South Campus,
South Moti Bagh, New Delhi, Delhi 110021
The Foundation remains open from 10.00 a.m. to 5.00 p.m.
apart from gazetted holidays, second Saturdays and Sundays.
Visiting hours at the IMF are 2.00 PM to 4.00 PM
(Indian Standard Time) on working days.
Â +91 11-2411-1211
Web Page : www.indmount.org

३. गिर्यारोहण प्रशिक्षण संस्था

१) हिमालयन माऊंटेनिअरिंग इन्स्टिटट्यूट, दार्जिलिंग

एच.एम.आय. म्हणून ओळखली जाणाऱ्या हिमालयन माऊंटेनिअरिंग इन्स्टिटट्यूटची स्थापना गिर्यारोहणप्रेमी उत्साही लोकांना 'ट्रेकिंग (साहस सहली)' साठी प्रोत्साहन आणि आवड निर्माण करण्यासाठी झाली. ४ नोव्हेंबर १९५४ या दिवशी दार्जिलिंग येथे याची स्थापना झाली ती गिर्यारोहण हा एक नियोजित क्रीडाप्रकार म्हणून आपल्या देशात जनमान्य व्हावा या हेतूने. त्यावेळचे पंतप्रधान पंडित जवाहरलाल नेहरू हेही संस्था स्थापन करण्यामागचे शिल्पकार. त्यांनी संस्थेचे अध्यक्ष म्हणून सुरुवातीच्या काळात विशेष लक्ष घालून संस्थेची वाढ केली. २९ मे १९५३ या दिवशी जगातील अत्युच्च शिखरावर सर एडमंड हिलरी आणि तेनसिंग नोर्गे यांच्या यशस्वी शिखर मोहिमेमुळे या भागातील जनतेत आवड जोपासण्यासाठी गिर्यारोहण प्रशिक्षण संस्थेच्या स्थापनेस चालना मिळाली, ती पहिले पंतप्रधान पंडित जवाहरलाल नेहरू यांच्यामुळे आणि हिमालयन माऊंटेनिअरिंग इन्स्टिटट्यूटची स्थापना दार्जिलिंग येथे ४ नोव्हेंबर १९५४ या दिवशी झाली. मेजर एन.डी.जयाल यांनी इन्स्टिटट्यूटचे पहिले प्राचार्य म्हणून तर तेनसिंग नोर्गे यांनी मैदानी प्रशिक्षणाचे (फिल्ड ट्रेनिंग) संचालक म्हणून सूत्रे हाती घेतली. लेबॉय कार्ट रस्त्यावरील रॉय

व्हिला या ठिकाणी इन्स्टिटट्यूटचे कार्यालय १९५४ ला सुरू झाले. पुढे १९५७ ला ते ब्रिच हिल (जवाहर पर्वत) या ठिकाणी हलवले गेले. दार्जिलिंगमधील एक महत्त्वाचे ठिकाण आणि पर्यटकांचे एक आकर्षण स्थळ म्हणून इन्स्टिटट्यूटचा परिचय आहे. माऊंट कांचन जुंगाचे प्रेक्षणीय दर्शन इथून होते. द स्विस फौंडेशन फॉर अल्पाईन रिसर्च यांच्याकडे अ हिमाअलयन माऊंटेनिअरिंग इन्स्टिटट्यूटचा प्रकल्प आराखडा तयार करण्याची जबाबदारी सोपवली होती. अर्नाल्ड ग्लॅटहार्ड, प्राचार्य स्विस माऊंटेनिअरिंग इन्स्टिटट्यूट रोझेनलाउल हे दार्जिलिंग येथे आले आणि त्यांनी इन्स्टिटट्यूट स्थापनेसाठी आवश्यक त्या शिफारशी केल्या. गिर्यारोहणातील शास्त्र आणि कौशल्य / कला याचा प्रसार संस्थेचे सभासद आणि विद्यार्थी म्हणून नोंदवलेल्यात करणे हे उद्दिष्ट डोळ्यासमोर ठेवून गिर्यारोहणाच्या प्राथमिक अभ्यासक्रमास गिर्यारोहणाचे सैद्धांतिक आणि मैदानी व प्रात्यक्षिक तत्त्वे शिकवली जातात. ह्या २८ दिवसांच्या प्रगत गिर्यारोहण अभ्यासक्रमात ज्यांनी प्राथमिक अभ्यासक्रम पूर्ण केलाय आणि ज्यांची प्रगत अभ्यासक्रमासाठी शिफारस केली आहे त्यांनाच प्रवेश दिला जातो. त्यांना गिर्यारोहण मोहिमा, त्यांचे नियोजन, तयारी आणि अशी एक मोहीम पूर्ण करून घेतली जाते. याबरोबर अती उंचीवरील साहस सहली, प्रगत प्रस्तरारोहण, आणि साहसी खेळ यांचे पण अभ्यासक्रम आहेत. मैदानी प्रशिक्षण (फिल्ड ट्रेनिंग) मध्ये हिम (स्नो) आणि बर्फ (आईस) यावरील चढाई कौशल्य, नवनवीन साधनांचा वापर, बर्फाच्या दऱ्या ओलांडणे, आपत्ती व्यवस्थापन, बर्फात/हिमप्रपातात अडकलेल्यांची सुखरूप सुटका/ सोडवणूक करणे, मुक्कामाचे तळ उभारणे आणि शिखर मोहिमा यावर भर दिला आहे. इन्स्टिटट्युटकडे असलेल्या गिर्यारोहण साहित्याचे, कपडे, तंबू, स्लिपिंग बॅग गिर्यारोहणाच्या विविध अभ्यासक्रमासाठी आलेल्यांना दिले जातात. 'द जयाल मेमोरिअल फंड स्टोअर' ची सुरुवात इन्स्टिटट्यूटचे पहिले प्राचार्य मेजर नंदू जयाल यांच्या स्मृतीप्रित्यर्थ स्थापन झाले. त्यातील साधने ही गिर्यारोहण मोहिमांसाठी दिली जातात. संस्थेच्या संग्रहालयात हिमालयाचा उठावाचा नकाशा आहे त्यात शिखर त्याची उंची निरनिराळे मार्ग आहेत. गिर्यारोहकांनी शिखरावर फडकावलेले झेंडेपण आहेत. अती उंची वरील पक्षी, मासे, फुलपाखरे यांची यादी आहे. एव्हरेस्ट या दुसऱ्या संग्रहालयात एव्हरेस्टसंबंधी माहिती, नामवंत गिर्यारोहकांची छायाचित्रे, मोहिमेतील साहित्य, साधने आहेत. गिर्यारोहणाशी निगडित पुस्तकांनी

समृद्ध असे ग्रंथालय आहे. त्यात ३००० पुस्तके आहेत. बदलत्या काळानुसार संस्थेचे संकेत स्थळ आहे; ती माहिती खाली दिली आहे.

HIMALAYAN MOUNTAINEERING INSTITUTE

Jawahar Parvat, Darjeeling 734101. West Bengal, India.

Call : +91 76022 15312 (Training Office)

Email : hmidarj@gmail.com

Website : www.hmidarjeeling.com

२) अटल बिहारी बाजपेयी इन्स्टिट्यूट ऑफ माऊंटेनिअरिंग अँड अलाइड स्पोर्ट्स, मनाली

१६ सप्टेंबर १९६१ या दिवशी मनाली, कुलू जिल्हा, हिमाचल प्रदेश या ठिकाणी वेस्टर्न हिमालयीन माऊंटेनिअरिंग इन्स्टिट्यूट अँड अलाइड स्पोर्ट्सची स्थापना झाली. त्या घटनेस १६ सप्टेंबर २०२० ला ५९ वर्ष पूर्ण झाली असून संस्थेने हीरक महोत्सवी वर्षात पदार्पण केले आहे. गिर्यारोहणाचे शास्त्रशुध्द प्रशिक्षण देणारी हिमालयीन माऊंटेनिअरिंग इन्स्टिट्यूट नंतरची ही देशातील दुसरी संस्था आहे.

संस्थेची उद्दिष्टे आहेत :

१) देशातील आणि परदेशातील तरुणाईमध्ये सर्वोत्तम प्रशिक्षणाच्या उपलब्धीतून आत्मविश्वास निर्माण करणे, स्वयंरोजगाराच्या संधी, त्यांच्यात राष्ट्रीय एकात्मता बळकट करणे आणि आंतरराष्ट्रीय सामंजस्याला उत्तेजन देणे.

२) तरुणाईत नेतृत्वगुणाचे संवर्धन आणि त्यास प्रोत्साहन देणे.

३) साहसी पर्यटनास सहकार्य, उत्तेजन आणि पाठिंबा.

४) सध्या असलेल्या मूलभूत सुविधांचे सक्षमीकरण, गिर्यारोहण साहित्य, साधने यांची उपलब्धी.

५) राष्ट्रीय हिवाळी क्रीडा स्पर्धा, जलक्रीडा स्पर्धा, गिर्यारोहण मोहिमांत सहभागी होण्यासाठी युवकांना प्रोत्साहित करणे, संधी देणे.

६) तरुणांना साहसी व्यावसायिकता प्राप्तीसाठी आवश्यक साधने आणि मार्ग यावर भर देणे.

७) साहसी प्रशिक्षण कार्यक्रमासाठी विशेष साधनांची उपलब्धी व तसा अभ्यासक्रम तयार करणे.

८) व्यावसायिक साहसी प्रशिक्षण कार्यक्रमांचे आयोजन.

९) राष्ट्र उभारणीसाठी उत्साही तरुणाईस संपूर्ण योगदान मिळण्यासाठी कटिबध्द.

१०) तरुणाईला साहसी वृत्ती जोपासण्यास उद्युक्त करणे.

११) असामाजिक आणि अराष्ट्रीय वृत्तीपासून तरुणाईस दूर ठेवणे.

१२) निसर्गाबिद्दल ओढ निर्माण करून तरुणाईस निसर्ग संवर्धनास तयार करणे.

गिर्यारोहणाचे प्राथमिक, प्रगत अभ्यासक्रम, प्रस्तरारोहणाचे तंत्र आणि मंत्र, हिमालयातील ट्रेकिंग (साहस सहली), वॉटर स्पोर्ट राफ्टिंग, पॅराग्लायडिंग, सेलिंग, कॅनोइंग, कयाकिंग व्हाईटवॉटर राफ्टिंग आउटडोअर ॲडव्हेंचर ॲक्टिव्हिटी आणि माऊंटन रेस्क्यू या क्रीडा प्रकारावर केंद्रीभूत असे अभ्यासक्रम राबवले जात आहेत.

संस्थेच्या स्थापनेपासून आतापर्यंत एक लक्ष प्रशिक्षणार्थींचा टप्पा गाठला आहे. यात देशातील तसेच परदेशातील विद्यार्थांचा समावेश आहे. मी स्वतःला भाग्यवान समजतो, कारण १९७२ मध्ये पुण्यातील ११ युवक आणि ५ युवतींनी येथे गिर्यारोहणाचा प्राथमिक अभ्यासक्रम पूर्ण केला, त्या अकरात मी होतो. तसेच १९८४ मध्ये स्किईंगचा प्राथमिक अभ्यासक्रम ही पूर्ण केला. गिर्यारोहणाचे प्राथमिक, प्रगत अभ्यासक्रम, प्रस्तरारोहणाचे तंत्र आणि मंत्र हिमालयातील ट्रेकिंग (साहस सहली), शिखर मोहिमा, वॉटर स्पोर्ट राफ्टिंग, पॅराग्लायडिंग, सेलिंग, कॅनोइंग, कयाकिंग व्हाईटवॉटर राफ्टिंग आउटडोअर ॲडव्हेंचर ॲक्टीव्हीटी आणि माऊंटन रेस्क्यू या साहसी क्रीडा प्रकारांची लोकप्रियता आणि वाढती मागणी लक्षात घेऊन इन्स्टिटट्यूट हिमाचलमध्ये नऊ ठिकाणी आपली उपक्रेंद्रे सुरू केली आहेत. ती आहेत :

१) हाय अल्टिट्यूड ट्रेकिंग अँड स्किईंग सेंटर, नारखंडा, जिल्हा सिमला

२) ट्रायबल माऊंटेनिअरिंग सब सेंटर, भारमोर, जिल्हा चंबा

३) ट्रायबल माऊंटेनिअरिंग सब सेंटर, जिस्पा, जिल्हा लाहोल अँड स्पिती

४) रिजनल ॲडव्हेंचर स्पोर्ट्स सेंटर, हातकोटी, जिल्हा सिमला

५) रिजनल माऊंटेनिअरिंग सेंटर, धरमशाला जिल्हा कांग्रा

६) रिजनल वॉटर स्पोर्ट्स सेंटर, पॉगडॅम, जिल्हा कांग्रा

७) रिव्हर राफ्टिंग सेंटर पिरडी, जिल्हा कुल्लु

८) स्किईंग सेंटर, सोलांग, जिल्हा कुल्लु

९) अॅडव्हेंचर स्पोर्ट्स सेंटर बिलासपूर, जिल्हा बिलासपूर.

सत्तरच्या दशकात संस्थेचे संचालक मेजर हरनाम सिंग हे पुण्यास आले होते. महाराष्ट्रात गियरोहण प्रशिक्षण संस्था स्थापन करावी यासाठी सह्याद्रीतील पुण्याजवळील गडांची पाहणी करुन योग्य ठिकाणाची शिफारस करण्यासाठी त्यांचा दौरा होता. त्यांनी किल्ले पुरंदर आणि वज्रगडाची शिफारस केली होती. दुर्दैवाने त्यावेळच्या शासनाने याची दखल घेतली नाही. त्यामुळे अशी संस्था महाराष्ट्रात झाली नाही. शेजारच्या गुजरात आणि कर्नाटक राज्य सरकारने साहसी क्रीडा प्रबोधिनी सुरू केल्या आहेत. ६ एप्रिल २००८ ला इन्स्टिट्यूटचे नाव, 'अटल बिहारी बाजपेयी इन्स्टिट्यूट ऑफ माऊंटेनिअरिंग अँड अलाइड स्पोर्ट्स' असे ठेवले. माजी पंतप्रधान आदरणीय अटल बिहारी बाजपेयी यांच्या हिमाचल प्रदेशाबद्दलच्या प्रेमाचे हे एक चिरंतन स्मारकच आहे.

Atal Bihari Bajpeyi Institute of Mountaineering
and Allied Sports
Manali, Himachal Pradesha PIN 175131
Telephones
Director (01902)255313,
Joint Director (01902)255315
Superintendent (01902) 255312
Training Branch (01902)255316
E mail :whmi_manali@yahoo.com,
dmas_manali@yahoo.com,abvimasmanali@gmail.com
Web site : www.adventurehimalaya.org

३) सोनम ग्यात्सो माऊंटेनिअरिंग इन्स्टिट्यूट गंगटोक, सिक्कीम

सिक्कीम राज्याची, 'सोनम ग्यात्स्यो माऊंटेनिअरिंग इन्स्टिट्यूट' २५ सप्टेंबर १९६३ ला गंगटोक येथे स्थापन झाली, ती प्रस्तरारोहण, बर्फातील साहस सहली,

हिमशिखरे आणि गिर्यारोहण मोहिमांतून होतकरूना साहसी खेळांचे प्रशिक्षण देण्यासाठी. सिक्कीमला गिर्यारोहणाचा वारसा लाभला आहे तो सोनम ग्यात्सो यांच्या रूपाने. ते एव्हरेस्टवर जाणारे दुसरे भारतीय, जगातील सतरावे आणि सिक्कीम मधील पहिले गिर्यारोहक. २२ मे १९६५ मध्ये एव्हरेस्टवर यशस्वी चढाई करणाऱ्या नऊ गिर्यारोहकांत ते होते. या मोहिमेचे नेते होते कॅप्टन एम.एस. कोहली. सर्वांत ज्येष्ठ सोनम ग्यात्सो ४२ वर्षांचे, तर सर्वांत तरुण सोनम वांग्याल २३ वर्षांचे होते. एव्हरेस्टवर ५० मिनिटे राहून त्यांनी जागतिक विक्रम नोंदवला. त्यांच्या या यशाचे कौतुक भारत सरकारने त्यांना १९६५ मध्ये 'पद्मभूषण' पुरस्कार देऊन केले. सिक्कीम माऊंटेनिअरिंग इन्स्टिट्यूटचे नाव, 'सोनम ग्यात्सो माऊंटेनिअरिंग इन्स्टिट्यूट' असे बदलले १९६८ मध्ये, ते त्यांच्या निधनानंतर त्यांची स्मृती कायमची जपण्यासाठी. ते इन्स्टिट्यूटचे प्रस्थापक प्राचार्य होते. २५ सप्टेंबर २०१३ ला संस्थेच्या सुवर्ण महोत्सवाचा कार्यक्रम चिंतन भवन येथे सिक्कीमचे मुख्यमंत्री माननीय पवन चामलिंग यांच्या अध्यक्षतेखाली संपन्न झाला. याप्रसंगी सोनम ग्यात्सो यांच्या गिर्यारोहणातील योगदानाची दखल घेऊन गंगटोक मधील तिबेट रोडचे नाव 'सोनम ग्यात्सो मार्ग' असे ठेवले. साहसी क्रीडा आणि साहसी पर्यटन यास शासनाने नेहमीच प्राधान्य दिले आहे. राज्यातील १७ क्रीडा संस्थांना शासन आर्थिक मदत देत आहे. त्याच बरोबर 'सिक्कीम खेल रत्न' पुरस्कार पण देत आहे. इन्स्टिट्यूटने आतापर्यंत १५९ प्राथमिक आणि २९ प्रगत अभ्यासक्रम केले आहेत. आठ हजारावर प्रशिक्षणार्थींनी हे अभ्यासक्रम पूर्ण केले आहेत. २००८ मध्ये यशस्वी एव्हरेस्ट मोहीम हे या संस्थेचे गिर्यारोहणातील मोलाचे योगदान आहे. शासनाच्या अधिकारी आणि कर्मचाऱ्यांना अती उंचीवरील गिर्यारोहण आणि सुरक्षा तंत्र याचे प्रशिक्षण देऊन त्यांना अती उंचीवरील कामास सक्षम केले आहे. बदलत्या काळानुसार संस्थेचे संकेत स्थळ आहे ती माहिती खाली दिली आहे :

Sonam Gyatso Mountaineering Institute

''Sungava'' Gangtok, Sikkim 737101

Phone (03592) 222044

४) नेहरू इन्स्टिट्यूट ऑफ माऊंटेनिअरिंग, उत्तरकाशी

गिर्यारोहकात "नीम" या नावाने जास्त परिचित असणारी ही चवथी गिर्यारोहण

प्रशिक्षण संस्था. उत्तरकाशी येथे गिर्यारोहण प्रशिक्षण संस्था स्थापन करण्याबद्दलची शिफारस आणि प्रस्ताव संरक्षण मंत्रालय भारत सरकार आणि उत्तरप्रदेश सरकारने १९६४ मध्ये केली. उत्तरकाशीची निवड केली ती गंगोत्री विभागाच्या जवळ असलेल्या उच्च दर्जाची प्रशिक्षण चढाईसाठी असलेली शिखर पर्वतराजीकडे. भागीरथीच्या पूर्वेकडील डोंगरराशींनी वेढलेल्या पार्श्वभूमी असलेल्या जागेची निवड केली. इंद्रावती आणि भागीरथीच्या संगमाजवळील उत्तरकाशी हे पवित्र स्थान इन्स्टिट्यूटमधून दृष्यमान होते. महाराष्ट्राच्या गौरवाची गोष्ट म्हणजे या इन्स्टिट्यूटच्या उभारणीत भारत सरकार संरक्षण मंत्रालय आणि त्यावेळचे उत्तरप्रदेश शासन आता उत्तराखंड यांचे पूर्ण योगदान लाभले. संस्थेचे पालकत्व त्यावेळी संरक्षण मंत्री असलेले आदरणीय यशवंतराव बळवंतराव चव्हाण, संस्थापक अध्यक्ष आणि उत्तरप्रदेशच्या मुख्यमंत्री आदरणीय श्रीमती सुचेता कृपलानी या संस्थापक उपाध्यक्ष म्हणून लाभल्या. ब्रिगेडिअर ग्यानसिंग हे संस्थेचे पहिले प्राचार्य, त्यांच्या दीर्घानुभवाने इन्स्टिट्यूटची उभारणी भक्कम पायावर झाली आहे. एच. सी. सरीन यांनी कार्यवाह म्हणून आपल्या २२ वर्षांच्या सेवेत इन्स्टिट्यूटच्या सर्व सहकाऱ्यांचे पूर्ण सहकार्य आणि पाठिंबा मिळवण्यात आपले कौशल्य आणि अनुभवाने संस्था नावारूपास आणली. इन्स्टिट्यूटची स्थापना १४ नोव्हेंबर १९६५ या दिवशी झाली ती 'प्रोव्हिंशिअल आर्म्ड कॉन्स्टवुलरी' च्या आवारात ग्यान्सु येथे भागीरथीच्या काठाजवळ. १४ नोव्हेंबर हा पंडित जवाहरलाल नेहरू यांचा जन्म दिन म्हणून संस्थेचे नावही 'नेहरू इन्स्टिट्यूट ऑफ माऊंटेनिअरिंग' असेच ठेवले. संस्थेची आताची जागा १९७० कॅप्टन हरीष सरीन, कॅप्टन एम. एस. कोहली आणि श्री. रहमान वास्तुविशारद यानी निवडली आणि या नवीन जागी १९७४ ला संस्था तेथे हलवली. लडारी संरक्षित जंगलाजवळ ४३०० मीटर उंची (समुद्रसपाटी पासून) पाईन वृक्षांच्या घनदाट झाडीत, जिथून पवित्र भागीरथीचे सतत दर्शन आणि देवभूमी सात हेक्टर जंगलात व्यापलेल्या या संस्थेने २००१ मध्ये, 'टेखला रॉक्स' साडेतीन हेक्टरचे प्रस्तर आणि मोठ्या दगडाच्या शिळा मिळाल्याने प्रस्तरारोहणाचे शिक्षण देण्याची नैसर्गिक सुविधा प्राप्त झाली. तरुण मुले, मुली,बालके यांना पर्वत आणि निसर्ग याचा परिचय आणि यात भाग घेण्यास उद्युक्त करणे यासाठी निरनिराळे अभ्यासक्रम राबवले जात आहेत. गिर्यारोहणाचा प्राथमिक (बेसिक) आणि प्रगत (ॲडव्हान्स) अभ्यासक्रम, साहसी खेळांचे

आयोजन, साहस सहली, शिखर मोहिमा यातून निसर्गाशी जवळीक आणि त्याची जपणूक करण्याची मानसिकता तयार करत आहे.

NEHARU INSTITUTE OF MOUNTAINEERING (NIM)

Uttarkashi 249191, Uttaraakhand

Phone 01374 223344 (Principal), 01374 222123 (Registrar), 01374 223580 (Training)

FAX 01374 223344

Whats App No 7060 717 717

Email ID nimutk2004@gmail.com

WEB Site www.nimindia.net

५) स्वामी विवेकानंद इन्स्टिट्यूट ऑफ माऊंटेनिअरिंग, माऊंट अबू राजस्थान

गुजराठ स्टेट माऊंटेनिअरिंग इन्स्टिट्यूटची स्थापना ध्रुवकुमार पांड्या यांच्या हस्ते १ फेब्रुवारी १९६५ ला दिल पसंत बंगलोर या ठिकाणी झाली. जुलै १९५९ ला ती साधना भवन येथे नेली आणि संस्थेच्या नावात १९९६ ला असा बदल केला, 'स्वामी विवेकानंद इन्स्टिट्यूट ऑफ माऊंटेनिअरिंग.' ही संस्था गिर्यारोहणाशी संबंधित अभ्यासक्रम राबवत असून त्याच बरोबर साहसी शिबिरांचे आयोजनही करीत आहे. या संस्थेचे दुसरे केंद्र 'पंडित दीनदयाळ उपाध्याय माऊंटेनिअरिंग सेंटर' हे जुनागड गुजराथ येथे कार्यरत आहे. ८ ते १३ या वयोगटातील मुलांमुलींसाठी सात दिवसांचा अॅडव्हेंचर ट्रेनिंग कोर्स आहे, तो बालवयातच गिर्यारोहण विश्वाचे स्वरूप आणि साहस याची ओळख करुन देण्यासाठी. यात पूर्ण सुरक्षितता बाळगून प्राथमिक प्रस्तरारोहण, केव्हींग, ट्रेकिंग, बर्ड वॉचिंग, स्टार गेझिंग, नैसर्गिक आणि कृत्रिम अडथळे पार करणे, रात्रीचे तंबूत मुक्काम याबद्दल तात्विक आणि प्रात्यक्षिक शिक्षण देणे. दहा दिवसांचा बेसिक रॉक क्लायंबिंग कोर्स तेरा वर्षावरील मुलामुलींसाठी असून त्यात प्रस्तरारोहणाची प्राथमिक तंत्रे, दोरीच्या गाठींची माहिती, ट्रेकिंग, नाइट ट्रेकिंग, शारीरिक क्षमता आणि शिस्त अंगी बाणण्यासाठी विशेष लक्ष दिले जाते. १५ दिवसांचा प्रगत प्रस्तरारोहण अभ्यासक्रम, ज्यांनी प्राथमिक अभ्यासक्रम चांगल्या गुणवत्तेत केला आहे त्यांच्यासाठी हा अभ्यासक्रम आहे.यात आधीच्या अभ्यासक्रमाची उजळणीबरोबर नकाशा वाचनाचा समावेश

आहे. कोचिंग रॉक क्लाबिंग कोर्स हा तीस दिवसांचा अभ्यासक्रम प्रस्तरारोहणाचा प्रगत अभ्यासक्रम विशेष प्राविण्याने पूर्ण केलेल्यांना यास प्रवेश दिला जातो. या अभ्यासक्रमाचा उद्देश प्रशिक्षित शिक्षक तयार करणे हा आहे,

Swami Vivekanand Mountaineering Institute,
Gaumukh Road, Mount Abu , Rajasthan PIN 307501
Phone / Fax : 02974 - 235228

६) इंडियन इन्स्टिटट्यूट ऑफ स्किइंग अँड माऊंटेनिअरिंग, गुलमर्ग

भारत सरकार आणि पर्यटन विभाग यानी १९६९ मध्ये गुलमर्ग येथे, 'इंडियन इन्स्टिटट्यूट ऑफ स्किईंग अँड माऊंटेनिअरिंग' ची स्थापना केली ती युवकांमध्ये साहसी खेळांची आवड निर्माण व्हावी, तसेच या माध्यमातून राज्यातील पर्यटन उद्योगास चालना मिळावी या उद्देशाने. इन्स्टिटट्यूट तांत्रिक प्रशिक्षणाबरोबरच विविध अभ्यासक्रम - जसे स्नो स्किईंग गुलमर्ग येथे डिसेंबर मध्य ते एप्रिल सुरुवात, काश्मीर येथील जलाशयात वॉटर स्किईंग मे ते ऑगस्ट या काळात, काश्मीर आणि लडाख मध्ये ट्रेकिंग आणि माऊंटेनिअरिंग सप्टेम्बर-ऑक्टोबरमध्ये, लिडार आणि सिंधु नदीत व्हाईट वॉटर राफ्टिंग मे ते सप्टेंबर मध्ये, पॅराग्लायडिंग गुलमर्ग, युसमर्ग, सोनमर्ग येथे एप्रिल ते ऑक्टोबर या काळात घेतले जातात. इन्स्टिटट्यूटचे शिक्षक हे परदेशात प्रगत अभ्यासक्रम केलेले अनुभवी आहेत. अभ्यासक्रमाच्या काळात राहणे - भोजनाची उत्तम व्यवस्था संस्था करते.

Indian Institute of Skiing and Mountaineering
House number 183, Kursoo Raj Bagh, Srinagar,
J and K PIN 190008
Indian Institute of Skiing and Mountaineering
Near Golf Club, Gulmarg, J and K PIN 193403
Telfax - 01954- 254480
Mobile (0) 9419604990, 9419076335
Email : skitigers@gmail.com, jocdhillon@gmail.com
Web Site : www.iismgulmarg.in

७) मणिपूर माऊंटेनिअरिंग इन्स्टिट्यूट, इंफाळ, मणिपूर

मणिपूर माऊंटेनिअरिंग अँड ट्रेकिंग असोशिएशनची स्थापना २१ सप्टेंबर १९८० ला झाली. त्यांची पहिली मोहीम ही शिरॉय एक्स्पिडिशन - ज्यात मणिपूर राज्यातील ३०० उत्साही युवकांनी भाग घेतला होता. संथेचे नाव आहे मणिपूर माऊंटेनिअरिंग इन्स्टिट्यूट आणि प्रतीकचिन्ह आहे, 'हायर अँड हायर टुवर्ड्स लाईफ गोल' १९८५ मध्ये त्यांनी साहसी क्रीडा अभ्यासक्रम लायमाटक, खोंगनुंग या ठिकाणी सुरू केला. यासाठी हिमालयन माऊंटेनिअरिंगच्या मदतीने १९८५ मध्ये मणिपूर परिक्रमा हा ऐतिहासिक ट्रेक संस्थेच्या कार्यकर्त्यांनी ७० दिवसात पूर्ण केला. लामदन येथील संस्थेच्या इमारतीच्या पायाभरणीसाठी सर तेनसिंग नोर्गे यांच्या हस्ते पार पडला. त्यांची ही मणिपूरची पहिलीच भेट होती. संस्थेसाठी लामटन गावातील रहिवाश्यांनी आपली जमीन दिली. संस्थेचे प्रतीकचिन्ह आहे 'एम हाय.' लोकटक हैड्रो इलेक्ट्रिक प्रोजेक्टचे मुख्य अभियंता लेफ्टनंट कर्नल एन.पी.के. नंबीयार यांनी इन्स्टिट्यूट परिसर विकासासाठी अविरत परिश्रम घेतले.. त्याची स्मृती संस्थेतील मुख्य रस्त्यास त्यांचे नाव देऊन जपली आहे. १९९२ मध्ये मणिपूर सरकारने, 'मणिपूर माऊंटेनिअरिंग अँड ट्रेकिंग असोशिएशनला,' स्टेट इन्स्टिट्यूटची मान्यता दिली. पर्यावरणाचे संरक्षण आणि जतन करण्यात इन्स्टिट्यूटचे बहुमूल्य योगदान आहे. त्याच बरोबर नैसर्गिक आपत्तीस तोंड देणे, आपदग्रस्तांना मदतही दिली जात आहे. १९९१ मध्ये तांगझिंग शिखरावर इंडियन एअरलाइन्स च्या बोईंग विमानाच्या अपघाताच्या स्थळी इन्स्टिट्यूटचे गिर्यारोहक प्रथम पोहोचले. मल्टिमीटरवर अपघातग्रस्त जागेची नेमकी उंची व परिसर समजल्याने त्यांना तेथे लगेच जाता आले.मणिपूर राज्याच्या पर्यटन खात्याचे मंत्री मा. टी. एन. हाऊकिप यांना अपघातस्थळी नेण्यास स्वयंसेवकांनी पुढाकार घेतला. त्याठिकाणी जाणारे ते एकमेव लोकप्रतिनिधी होते. वांशिक दंगलीच्या काळात इंडियन रेडक्रॉस सोसायटी बरोबर इन्स्टिट्यूटच्या स्वयंसेवकांनी बाधित जनतेस आवश्यक ते साहित्य पोचविले. लेफ्टनंट जनरल व्ही.के.नायर यांच्या नेतृत्वाखाली विविध साहसी, पर्यावरणीय आणि इको पर्यटन उपक्रम जसे, अँडव्हेंचर्स कोर्स, माऊंटेनिअरिंग, ट्रेकिंग, निसर्ग निरीक्षणासाठी विज्ञान मोहिमा, हिमालयीन मोहिमा, एव्हरेस्ट बेस कॅंप ट्रेकिंग, शिखर मोहिमा, परदेशीयांच्या शिखर मोहिमा, राफ्टिंग, वॉटरमन शिप, पॅरासेलिंग, पॅरा ग्लायडिंग माउंटन बाईकिंग, नैसर्गिक व कृत्रिम रॉक क्लायंबिंग यासाठी संस्था कार्यरत आहे.

Manipur Mountaineering and Trekking Association
MMTA Road, Khuman Lampak Sports Complex
Imphal Manipur
email : mmtamanipur@gmail.com
phone : 91 385 2421142

८) जवाहर इन्स्टिट्यूट ऑफ माऊंटेनिअरिंग अँड विंटर स्पोर्ट्स नुनवान पहलगाम

या संस्थेची स्थापना २५ ऑक्टोबर १९८३ या दिवशी आरू, पहलगाम येथे झाली ती अनेक साहसी क्रीडा एकाच ठिकाणी आणि जवळ जवळ असाव्यात या विचाराने. साहसी क्रीडा प्रकारांना लागणाऱ्या सर्व मूलभूत सुविधा असणाऱ्या 'आरू' ची निवड केली ती पर्यटकांचे आवडते ठिकाण निसर्ग समृद्ध असे आरू, ट्रेकर्सचे नंदनवन, रॉक क्राफ्ट, आईस क्राफ्ट, स्ट्रीम क्रॉसिंग, जवळच असलेले ग्लेशिअर आणि बर्फाचे उतार स्किईंगसाठी योग्य हिवाळ्यात असे साहसी क्रीडांना लागणारे वातावरण येथे असल्यानेच एव्हरेस्टवीर ब्रिगेडिअर ग्यान सिंग यांनी आरूची निवड केली. अभ्यासक्रमाची सुरुवात १९८५ मध्ये पहिल्या प्राथमिक गिर्यारोहण अभ्यासक्रमाने झाली. त्यास १७ प्रशिक्षणार्थी होते. काश्मीरमधील अशांत परिस्थितीमुळे, १९९० ला इन्स्टिट्यूट बनिहालहून टिंगला, बटोट येथे नेली. राज्यातील परिस्थिती निवळल्यावर २००३ ला परत पूर्व ठिकाणी आणली. हिमालयातील अनेक यशस्वी शिखर मोहिमा झाल्या त्यात ऑगस्ट २००७ मध्ये माउंट नून, (२३४२० फूट उंच) ऑगस्ट २००९ ला माउंट कोलोह (कायम बर्फाच्छादित). उपक्रमांच्या वाढत्या मागणीमुळे संस्थेने उपकेंद्र सुरु केले ते जून २००७ ला बंदखाह, नोव्हेंबर २००७ ला सनासर/कुंड, २०१४ ला लेह येथे.

Jawahar Institute of Mountaineering and Winter Sports,
Nunwan, Pahalgam Dist Anantnag, (J.& K)
PIN - 192126
Phone 01936 243002 Fax 01936-243129
Email : principal@jawaharinstitutepahalgam.com

९) जनरल के.एस. थिमय्या नॅशनल ॲडव्हेंचर ॲकॅडमी

कर्नाटक सरकारने १९८९ मध्ये साहस प्रबोधिनीची स्थापना केली. प्रबोधिनीचे नाव जनरल के. एस. थिमय्या नॅशनल ॲडव्हेंचर ॲकॅडमी असे ठेवले. बर्फाच्छादित शिखरे वगळता सर्व परिसर बहिस्थ उपक्रमांसाठी अतिशय योग्य असाच आहे. साहस, निसर्ग आणि पर्यावरणाच्या अभ्यासक्रमास संधी देणे, बालवयातच साहसी वृत्तीची जोपासना करणे यासाठी कर्नाटक राज्यातील सर्व जिल्ह्यांची निवड केली आहे. निवास, जंगलातील शोध मोहिमा जंगलातील जैव वैविध्याचे जतन, आकाशातील- पाण्यातील साहसी खेळ यांचे आयोजन आणि यासाठी साहसी क्रीडा अभ्यासक्रम राबवला जातो. यात प्रस्तरारोहण, साहस सहली, दिवसा व रात्री जंगलात भटकंती, नौकानयन, नकाशा वाचन, नदी पाण्याचे प्रवाह ओलांडणे निसर्गाच्या ओळखीसाठी शिबिर, वैज्ञानिक शोध मोहिमा, तर जलक्रीडांमध्ये रोईंग, सेलिंग, कयाकिंग, विंड सर्फिंग, मच्छिमाऱ्यांच्या बोटीतून शॉर्ट सी फेअरिंग, जलप्रवास मोहिमा, राफ्टींग, वॉटर स्किईंग, जेट स्किईंग यांचा समावेश आहे. आकाशातील क्रीडांमध्ये पॅरा सेलिंग, पॅराग्लायडिंग, हँग ग्लायडिंग यांचा अंतर्भाव आहे. संस्थेचे ध्येय आहे तरुणाईस बाह्य केंद्रित शैक्षणिक उपक्रमात भाग घेण्यास उद्युक्त करणे. भूमी हवाई आणि जल क्रीडा प्रकारातील प्राथमिक, प्रगत अभ्यासक्रम, बाह्यकेंद्रित प्रकल्प आणि शोध मोहिमांचे प्रायोजकत्व, वैज्ञानिक आणि विशिष्ट ज्ञानाचे, माहितीचे, साहसातील महत्त्व याची जाणीव करून देणे, बाह्यकेंद्री उपक्रमांना प्रोत्साहन देणे, स्थानिक साहसी प्रकारांना आर्थिक सहाय्य, वनस्पती सृष्टी, जीवसृष्टी, प्राणी आणि पर्यावरणाचे जतन, संरक्षणाची जाण आणि आवड निर्माण करणे. प्रबोधिनीत जमिनीवरील ॲडव्हेंचर ओरिएंटेशन, बेसिक ॲडव्हेंचर, ॲडव्हान्स ॲडव्हेंचर अभ्याक्रम, आकाशातील एरो ओरिएंटेशन आणि ॲडव्हान्स; तर पाण्यातील ॲक्वा ओरिएंटेशन व ॲडव्हान्स अभ्यासक्रम आहेत. त्याचबरोबर प्रशिक्षक तयार करण्यासाठी इन्स्ट्रक्टर ट्रेनिंग कोर्सचे आयोजन केले जाते. शैक्षणिक संस्था, संघटनांच्या मागणीप्रमाणे व्याख्याने, पुस्तके आणि साधनसाहित्याचे प्रदर्शन प्रस्तरारोहणाची पॅरासेलिंगची प्रात्यक्षिके, प्रशिक्षण या उपक्रमांचे आयोजन. त्याच बरोबर सभा, संमेलन, कार्यशाळा चर्चासत्रे प्रशिक्षण शिबिर यांचे आयोजन आणि साहसी क्रीडांबद्दल माहितीची नोंद, त्यांचे प्रकाशन, त्याबाबत सल्ला मार्गदर्शन याच्या माध्यमातून समाजातील

तळागाळापर्यंत पोहोचण्याचा अविरत प्रयास सुरू आहे. आंतरराष्ट्रीय दर्जाच्या चढाई भिंतीची श्रीकर्नाटक स्टेडियम बेंगलूरू येथे उभारणी करण्यात आली आहे. विविध स्पर्धांचे आयोजन करून तरुणाईस प्रोत्साहन दिले जात आहे. राज्यस्तरीय स्पोर्ट क्लायबिंग, रोड सायकलिंग, झोनल लेव्हल स्पोर्ट क्लाइंबिंग, अक्वा स्पोर्ट, तसेच राष्ट्रीय स्तरावर या पण स्पर्धा आयोजित केल्या जात आहेत.

General Thimayya National Adventure Academy
State Youth Center 3rd Floor,
Department of Youth Empowerment and Sports
Nruphatunga Road Bengaleru 560001
Phone 08022210454
Email : gethnaa1989@gmail.com

१०) गार्डियन गिरिप्रेमी इन्स्टिट्यूट ऑफ माऊंटेनिअरिंग, पुणे:

भारतातील प्रसिद्ध मुष्टीयोद्धी सरिता देवी यांच्या हस्ते २४ जानेवारी २०१५ ला 'गार्डियन गिरिप्रेमी इन्स्टिट्यूट ऑफ माऊंटेनिअरिंग' या महाराष्ट्रातील पहिल्या गिर्यारोहण प्रशिक्षण संस्थेची स्थापना झाली. डोंगर प्रेमींच्या सह्याद्रीच्या कुशीत गिर्यारोहण प्रबोधिनीची स्थापना करण्याचे पुणेकरांचे स्वप्न प्रत्यक्षात आणले ते गिरिप्रेमींना मिळालेल्या गार्डियन कॉर्पोरेशनच्या सहकार्यामुळे. मनीष साबडे गार्डियन कार्पोरेशनचे अध्यक्ष आहेत. ते क्रीडा आणि गिर्यारोहणाची आवड असणारे आणि गिर्यारोहणाचा प्राथमिक अभ्यासक्रम १९८६ मध्ये पूर्ण केलेले गडप्रेमी आहेत. गिरिप्रेमी ही पुण्यातील एक गिर्यारोहण संस्था १९८२ मध्ये 'गिर्यारोहण सर्वांसाठी' या उदेशाने स्थापन झाली. ती श्रीमती उष:प्रभा पागे, आनंद पाळंदे, दिलीप निंबाळकर आणि शशी हिरेमठ या अनुभवी गिर्यारोहकांच्या नेतृत्वाखाली. संस्थेच्या आतापर्यंत ४० च्या वर शिखर मोहिमा झाल्या आहेत. २०१२ मध्ये ८ गिर्यारोहकांनी एव्हरेस्ट शिखर गाठले. एव्हरेस्ट बरोबरच लोत्स्ये, मकालू, चो ओयु, धवलगिरी, मनास्त्यु आणि कांचनजुंगा या शिखरांवर यशस्वी चढाई केली आहे. संस्थेच्या स्थापने पासून ५ वर्षाच्या काळात चार हजार साहसी वीरांना प्रशिक्षित केल आहे. अशा दोन संस्था एकाच ध्येयाने प्रेरित होऊन,

गार्डियन गिरिप्रेमी इन्स्टिटट्यूट ऑफ माऊंटेनिअरिंग साकार झाले. गिर्यारोहण या साहसी क्रीडाप्रकारास पाठिंबा, उत्तेजन देताना सुरक्षिततेवर पूर्ण लक्ष दिलं जातं. समाजातील सर्व स्तरात या क्रीडा प्रकाराचा प्रसार करण्याच्या उद्देशाने अभ्यासक्रम तयार केले आहेत. संस्थेचे बोध वाक्य आहे- 'ॲडव्हेंचर फॉर ऑल सर्वांसाठी साहस' प्रस्तरारोहणा बरोबरच हिमालयातील पदभ्रमण, साहस सहली, प्रथमोपचार, तपास/ शोध आणि सुरक्षित सुटका ज्येष्ठ आणि बालकांसाठी विशेष साहस सहलींचे आयोजन केले जात आहे.

Guardian Giripremi Institute Of Mountaineering
Adventure sports center in Pune, Maharashtra
Address: Sai Chhaya Apartments, 1233/A, Apte Rd,
Deccan Gymkhana, Pune, Maharashtra 411004
Phone: 098904 99955

४. गिर्यारोहण मंडळे मागोवा

आज आपल्या महाराष्ट्रात असंख्य गिर्यारोहण मंडळे कार्यरत आहेत. मुंबई, पुणे येथून सुरुवात झाल्यानंतर त्याचा प्रसार महाराष्ट्रात वेगाने झाला आहे. इतिहासाचा मागोवा घेता भारतातील पहिले गिर्यारोहण मंडळ स्थापन झाले, ते कोलकाता येथे १७ फेब्रुवारी १९२८ या दिवशी, 'द हिमालयन क्लब' या नावाने. त्यावेळचे भारतीय सेनेचे प्रमुख फिल्ड मार्शल सर विल्यम बर्डवूड यांच्या कार्यालयात. मंडळ स्थापण्याच्या कल्पनेचा उगम झाला तो सिमल्यात, जेव्हा सर जिओफे कॉरबेट यांनी पुढाकार घेतल्याने. या मंडळात हिमालयाशी संबंधित सर्व कार्यालयाच्या मुख्य अधिकाऱ्यांना सभासद केले. एकूण १२७ जणांची यादी तयार झाली आणि मंडळाच्या अध्यक्ष पदाची धुरा फिल्डमार्शल सर विल्यम बर्डवूड यांनी स्वीकारली. या छोट्याश्या सुरुवातीस परदेशातून येणाऱ्या शिखर मोहिमांना माहिती पुरवणे, भारवाहकांची तरतूद करणे आणि प्रसंगी प्रत्यक्ष मोहिमेत भाग घेण्याने झाली. भारताला स्वातंत्र्य मिळाल्यानंतर हळुहळू ब्रिटिश सदस्य संख्या कमी होऊ लागली. कालानुरूप मंडळाच्या काम करण्याच्या पध्दतीत बदल होत गेला. १९६० च्या दशकात मंडळाचे कार्य गुंडाळण्याचा विचार झाला होता. पण माननीय सोली मेहता यांच्या प्रयत्नाने मंडळाचे कार्य थांबले नाही ते स्थानिक मदत घेतल्याने. त्यात माननीय के. के. गुहा आणि एम. एल. विश्वास यांचे मोलाचे

योगदान लाभल्याने १९७१ च्या सुरुवातीस मंडळाचे मुख्यालय मुंबईस हलविले गेले आणि माननीय जगदीश नानावटी यांनी कार्यवाह म्हणून सूत्रे घेतली. त्याना आदरणीय गुलाब रामचंदानी, ऑस्पी मोदी आणि के. एन. नौरोजी यांच्या साथीने. मंडळाचे, 'हिमालयन जर्नल' हे नियतकालिक प्रसिध्द केले जात आहे. ट्रेकिंगसाठी लागणाऱ्या साहित्याचे भांडार हिमालयाचे नकाशे, गिर्यारोहणावरील संदर्भ ग्रंथ, दृक-श्राव्य चित्रफितींनी ग्रंथालय समृद्ध आहे. यानंतर मुंबई विद्यापीठातील प्राध्यापक आणि विद्यार्थी यांनी मुंबईत इंटरकॉलेजीएट हायकर्स क्लबची स्थापना १९५४ मध्ये केली ती विद्यार्थ्यांमध्ये ट्रेकिंग आणि हायकिंगची गोडी लागावी म्हणून. पुढे १९६४ मध्ये याच्या नावात बदल झाला तो, 'गिरिविहार' या नावाने हे मंडळ कार्य करू लागले. केवळ मुंबई विद्यापीठातील प्राध्यापक आणि विद्यार्थी यांच्या पुरताच हा उपक्रम मर्यादित न ठेवता सर्वांसाठी खुला ठेवण्यासाठी मंडळ तयार झाले. मुंब्याजवळील प्रस्तरावर प्रस्तरारोहणाचे प्रात्यक्षिक करून तो अभ्यासक्रम सुरु झाला. पुढे पुण्यातही आदरणीय ना.कृ. तथा आबासाहेब महाजन, डॉ. जी. आर तथा बापूकाका पटवर्धन प्रकाश गोळे, प्रो. दा. रा. गोळे यांनी, 'भारत आउटवर्ड बाउंड पायोनिअर्स'ची स्थापना १९६३ साली केली. आदरणीय प्रभाकरपंत किर्लोस्कर हे अध्यक्ष होते, तर ऑडव्होकेट अगरवाल हे उपाध्यक्ष होते. सिंहगडावर प्रस्तरारोहणाचे कार्यक्रम, नरवीर तानाजी मालुसरे यांच्या पुण्यतिथी निमित्त तानाजी कडा चढणे, या बरोबरच पुण्याजवळील गडांवर भ्रमंती सुरू झाली. त्यात राजगड, तोरणा, विसापूर, लोहगड, तुंग, तिकोना, राजमाची, कार्ला पठार, कात्रज ते सिंहगड या साहस सहली नियमित निघू लागल्या आणि त्यास चांगला प्रतिसाद मिळत गेला. सुदर्शन शिखर मोहीम झाली. त्यात सिंहगडावरील नारायण पढेर हे एक सदस्य होते. पुढे ऑगस्ट १९७८ ला 'पुणे माउंटेनिअर्सची' स्थापना झाली. त्यांनी सह्याद्री आणि हिमालयात साहस सहली काढण्यास सुरुवात केली. अनेक नवीन ठिकाणच्या सहली झाल्या. त्यांच्या या सातत्याने चाललेल्या साहस सहलींची दखल, महाराष्ट्र सेवा संघ मुलुंड यांनी घेतली आणि त्यांनी या योगदाना बद्दल पुणे माऊंटेनिअर्सचा सन्मान केला. मंडळाचे एक सदस्य श्री. प्रकाश माचनुरकर यांना अंटार्क्टिकावर सव्वा वर्ष राहण्याची संधी मिळाली ती त्यांचे हिमालयातील सातत्याने भाग घेतलेल्या साहस सहली तसेच त्यांनी पूर्ण केलेल्या गिर्यारोहणाच्या प्राथमिक, प्रगत आणि मेथड ऑफ इन्स्ट्रक्शन अभ्यासक्रमामुळे.

ही संधी त्यानंतर परत एकदा माचनुरकरांना मिळाली. त्यानंतर महाराष्ट्रात पुणे, मुंबई बरोबरच नागपूर, संभाजीनगर, कोल्हापूर या ठिकाणी गिर्यारोहण मंडळे स्थापन झाली आहेत.

अ) भारत आऊटवर्ड बाउंड पायोनिअर्स (बी.ओ.बी.पी.)

तरुणांना साहसी क्रीडाप्रकाराकडे आकर्षित करुन त्यांना गडभ्रमंतीस नेण्यासाठी १९६३ मध्ये आदरणीय ना.कृ. तथा आबासाहेब महाजन, डॉ. बापूकाका पटवर्धन, प्रकाश गोळे आणि प्रो. दा. रा. गोळे यांनी पुण्यात भारत आऊटवर्ड बाउंड पायोनिअर्स (बी.ओ.बी.पी.) या गिर्यारोहण संस्थेची स्थापना केली. फेब्रुवारी १९६५ ला संस्थेची नोंदणी झाली. संस्थेचे अध्यक्ष होते ज्येष्ठ उद्योगपती आदरणीय प्रभाकरपंत किर्लोस्कर तर उपाध्यक्ष होते ज्येष्ठ विधिज्ञ ॲडव्होकेट आगरवाल. मी स.प.महाविद्यालयाचा विद्यार्थी, त्यामुळे श्री.गोळे यांच्या संपर्कात होतो. १९६४ ला बी.एस्सी. झाल्यावर स.प.महाविद्यालयात रसायनशास्त्र विभागात प्रयोगशिक्षक

१९७२ मे महिन्यात मनाजी येथे गिर्यारोहणाचे प्राथमिक अभ्यासक्रम केल्यावर सिंहगडावर प्रात्यक्षिक आयोजित केले होते. त्यावेळी काढलेल्या छायाचित्रात डावीकडून श्री. प्रकाश गोळे, श्री आबासाहेब महाजन, श्री. दा. रा. गोळे, बॅरिस्टर शेषराव वानखेडे, श्री. प्रभाकरपंत ल. किर्लोस्कर, विजय देवघर.

म्हणून रुजु झालो आणि प्रो. गोळ्यांच्या जास्त संपर्कात आलो. डिसेंबर १९६४ ला सिंहगडावर 'प्रस्तरारोहण' शिबिर होते. त्यास गोळे यांनी मला 'येतोस का?' असे विचारले. मी लगेचच तयार झालो. या तीन दिवसाच्या शिबिरात प्रस्तरारोहण, दोराचा वापर, गाठी मारणे, दोर लावून कड्यावरून खाली उतरणे असा कार्यक्रम होता. शिबिराच्या तयारीसाठी मी, श्री. गोळे आणि बापूकाका शनवार रविवार गडावर राहिलो होतो. शिबिरार्थींचे स्वागत करून त्यांना गडावर आणले. अंधारात मागे उजेड दिसला म्हणून मी परत गडावरून खाली येऊ लागलो, तर मला वाटेत दोघीजणी भेटल्या. त्या गडावर शिबिरासाठी आल्या होत्या. त्यांना उशीर झाल्याने बस गेली होती. परंतु त्या खासगी वाहनाने पायथ्यापर्यंत आल्या. मी त्यांना बरोबर घेऊन गडावर पोहोचलो. गडावरील शिबिर चांगले झाले. दोराचा उपयोग, दोराच्या गाठी मारणे, त्याचे महत्त्व आणि वापर, प्रस्तरारोहण दोराच्या सहाय्याने कड्यावरून खाली उतरणे आदी तंत्रे शिकायला मिळाली. सिंहगडावर प्रस्तरारोहणाचे कार्यक्रम, नरवीर तानाजी मालुसरे यांच्या पुण्यतिथी निमित्त 'तानाजी कडा' चढणे, या बरोबरच पुण्याजवळील गडांवर भ्रमंती सुरु झाली. त्यात राजगड, तोरणा, विसापूर, लोहगड, तुंग, तिकोना, राजमाची, कार्ला पठार, कात्रज ते सिंहगड या साहस सहली नियमित निघू लागल्या आणि त्यास चांगला प्रतिसाद मिळत गेला. सुदर्शन शिखर मोहीम झाली. त्यात सिंहगडावरील नारायण पढेर हे एक सदस्य होते. सह्याद्रीतील भ्रमंतीत अनेक वेळा अवघड मार्गाने जावे लागत होते, तर कांही वेळा प्रस्तरारोहण करावे लागे. यासाठी प्रशिक्षण आवश्यक असल्याने आबांच्या पुढाकाराने मनाली येथील गिर्यारोहणाचा प्राथमिक अभ्यासक्रम ११ मुले आणि ६ मुलींनी १९७२ मध्ये पूर्ण केला. त्याचा उपयोग आम्हास सह्याद्री तसेच हिमालयातील साहस सहलीत होत आहे.

माऊंट कोलोहॉय शिखर मोहिमेत आम्ही शेवटच्या तळावर होतो, हवा सुधारण्याचे चिन्ह नव्हते, तीन दिवस वाट पाहिल्यावर आबांनी मोहीम गुंडळण्यास सांगितले. शिखर चढाई बरोबरच सर्व सदस्य सुखरूप परत येणे महत्त्वाचे आहे ही आबांची शिकवण. यानंतर कालिंदी, रुदुगैरा, अनामिक शिखर या मोहिमा तसेच यमनोत्री, गंगोत्री, केदार बद्री, घुत्तु, मग्गू पवाली, त्रिजुगीनारायण, सोनप्रयाग, केदारनाथ, बद्रीनाथ या साहस सहली झाल्या.

आ) पुणे माऊंटेनिअर्स

२८ डिसेंबर १९७८ या दिवशी 'पुणे माऊंटेनिअर्स' या गिर्यारोहण संस्थेची स्थापना झाली. संस्थेचे अध्यक्ष होते श्री. ग. मुणगेकर संपादक दैनिक सकाळ, तर उपाध्यक्ष होते ना.कृ. तथा आबासाहेब महाजन. २८ डिसेंबर २०२२ ला संस्थेस ४४ वर्ष पूर्ण झाली आहेत. पुणे माऊंटेनिअर्सने कांही विशेष सहलिंचे आयोजन केले आहे. आंतरराष्ट्रीय बालक वर्ष १९७९त बालकांसाठी साहस सहल, आंतरराष्ट्रीय अपंग वर्ष १९८० अंध, मुके/बहिरे यांच्यासाठी हिमालय सहल, महिलांची मुल्किला शिखर मोहीम, माऊंट कोलोहॉय, कालिंदी, रुद्गैरा अनामिक शिखर या मोहिमा आबांच्या मार्गदर्शनाखाली झाल्या आहेत. केवळ सात/आठ लोकांसाठी मोहिमात होणारा मोठा खर्च पटत नसल्याने किमान खर्चात साहस सहलींचे आयोजन करुन जास्तीत जास्त लोकांना हिमलायातील साहस सहलीत जाता यावे म्हणून अशा सहलींचे आयोजन करण्यास सुरुवात केली. या साहसी क्रीडा प्रकारात मुलींनीही सहभागी व्हावे यासाठी पूर्णपणे महिलांची 'मुल्किला' शिखर मोहिम ठरवली. त्यांचे पूर्ण नियोजन मुलींनीच केले आणि मोहिम फत्ते करुन आबांचा विश्वास

पुणे माऊंटेनिअर्स सिंहगड वार्षिक सभा

एव्हरेस्टवर जाणारी पहिली जपानची जुंको ताबेई

सार्थ ठरविला. आबांच्या गिर्यारोहणातील योगदानाची दखल गिरिमित्र जीवन गौरव पुरस्कार तसेच गार्डियन गिरीप्रेमी इन्स्टिट्यूट ऑफ माउंटेनिअरिंगचा जीवन गौरव पुरस्काने सन्मानित करुन घेतली आहे. आबांची संस्था पुणे माउंटेनिअर्सला २०१६ ला संस्थेच्या गिर्यारोहणातील योगदानाबद्दल गिरिमित्रने सन्मानित केले आहे. एव्हरेस्ट विजेते संतोष यादव यांचे हस्ते हा पुरस्कार मिळाला. माझ्या गिर्यारोहण वाटचालीतील एक सुवर्णस्मृती. २७ ते २९ ऑगस्ट १९८३ ला दिल्लीत 'हिमालयन माऊंटेनिअरिंग अँड टुरिझम मीट' ही एक आंतरराष्ट्रीय परिषद होती. त्यास मी आणि सुधीर बर्वे गेलो होतो. गिर्यारोहण क्षेत्रातील अनेक नामवंत मंडळी त्यास आली होती. एव्हरेस्टवर गेलेली पहिली महिला जपानची जुंको ताबेई यांची प्रत्यक्ष भेट आणि त्यांच्या बरोबर गप्पा ही झाल्या. हे क्षण माझे मित्र श्री. बाळ खैर यांनी छायचित्रात टिपले होते. २०२१ च्या लॉकडाऊनमध्ये त्यांनी ते छायाचित्र मला माझ्या वाढदिवसाच्या दिवशी स्कॅन करुन पाठवले. मला वाढदिवसाची मिळालेली ही अमूल्य भेट आहे.

मंडळाचे एक सदस्य प्रकाश माचनुरकर यांना अंटार्क्टिकावर सव्वा वर्ष राहण्याची संधी मिळाली, ती त्यांचे हिमालयातील सातत्याने भाग घेतलेल्या साहस

सहली तसेच त्यांनी पूर्ण केलेल्या गिर्यारोहणाचा प्राथमिक, प्रगत आणि मेथड ऑफ इन्स्ट्रक्शन अभ्यास क्रमामुळे. ही संधी त्यानंतर परत एकदा माचनुरकरांना मिळाली. गिर्यारोहणाची ओळख करून देण्यासाठी गंगोत्री येथील स्वामी सुंदरानंदजी यांच्या रंगीत छायाचित्रांचे प्रदर्शन आणि रंगीत पारदर्शिकांवर आधारित व्याख्यानाचा लाभ पुणेकरांनी घेतला आहे. एव्हरेस्ट वीर तेनसिंग नोर्गे यांचा सत्कारही पुण्यात केला होता आणि पुण्यातील गिर्यारोहकांना या एव्हरेस्ट वीराची प्रत्यक्ष भेट, बातचित करण्याची संधी मिळाली. ही गिर्यारोहण मंडळे सह्याद्रीमधील गड कोट किल्ल्यास भेट देत असतात. शिवराज्याभिषेक त्रिशत संवत्सरी उत्सव रायगडावर साजरा झाला. त्यासाठी भारताच्या पंतप्रधान श्रीमती इंदिरा गांधी रायगडावर आल्या होत्या. या कार्यक्रमासाठी. शिवाजी महाराजांच्या समाधीस अभिशेक करण्यासाठी महाराष्ट्रातील निरनिराळ्या गडांवरील गडगंगा अनेक गिर्यारोहण संस्थांनी मुद्दाम त्यात्या गडांवर जाऊन आणल्या होत्या या गडगंगेने महाराजांच्या समाधीस अभिषेक केला. एव्हरेस्टवरील पहिल्या भारतीय तुकडीच्या विजयाच्या रौप्यमहोत्सवाचा एक भाग म्हणून त्या तुकडीतील सभासदांनी पुण्यास भेट दिली होती. त्यांना सिंहगडावर प्रस्तरारोहणाची प्रात्यक्षिके आणि संध्याकाळी त्यांचा सत्कार असा कार्यक्रम पुण्यातील सर्व गिर्यारोहण संस्थांनी मिळून केला होता.

५. गिर्यारोहणातील अध्वर्यू

१) ज्येष्ठ गिर्यारोहक आबासाहेब महाजन

सिंहगडचे वारकरी म्हणून केवळ पुण्यातील नव्हे तर साऱ्या महाराष्ट्रातील गिर्यारोकांना परिचित असलेले पुणे माउंटेनिअर्सचे अध्यक्ष ज्येष्ठ गिर्यारोहक नारायण कृष्ण तथा आबासाहेब महाजन यांचे बुधवार दिनांक ९ नोव्हेंबर २०१६ ला वयाच्या ९६व्या वर्षी अल्पशा आजाराने राहत्या घरी निधन झाले. ९ नोव्हेंबर २०१७ हा त्यांचा पहिला स्मृती दिन. तीर्थरूप कै. आबांचा क्रीडा संघटनांशी खूप जवळचा संबंध होता. पुणे माउंटेनिअर्स बरोबरच पुणे जिल्हा अॅथलेटिक्स संघटना, महाराष्ट्र हॉकी संघटना, महाराष्ट्र महिला हॉकी संघटना, पुणे जिल्हा बॉक्सिंग संघटना, नागरी संरक्षण दल, रेड क्रॉस, आंतरभारती बालग्राम, स्काऊट, कर्करोग प्रस्त रुग्ण मदतनिधी संस्था यांच्या स्थापनेत आणि प्रगतीत ती. कै. आबांचे मोलाचे योगदान आहे. ज्येष्ठ हॉकीमहर्षी कै नुसेरवानजी दोराब (एन.डी.) नगरवाला यांच्या बरोबर नगरवाला प्रशालेच्या स्थापनेत कै. आबांनी पुढाकार घेतला होता. त्या शाळेचे मुख्याध्यापक म्हणून त्यांनी काम पाहिले. अखेरपर्यंत ते शाळेच्या दैनंदिन कामाशी निगडित होते. गिर्यारोहण क्षेत्रातील अध्वर्यू म्हणून त्यांची साऱ्या महाराष्ट्राला ओळख आहे. महाराष्ट्रात गिर्यारोहण या साहसी क्रीडाप्रकारास बाल,

आदरणीय आबासाहेब महाजन

युवक, युवती आणि ज्येष्ठांमध्ये आवड निर्माण करण्यात कै. आबांचे योगदान फार मोठे आहे यात संदेह नाही. स्वत: प्रत्यक्ष गिर्यारोहणात भाग घेणारे रविवारचा सिंहगड न चुकविणारे आबा आता नाहीत ही कल्पनाच स्वीकारणे जड जात आहे. साठच्या दशकात आबांनी गिर्यारोहणाकडे विशेष लक्ष दिले. १९६३ मध्ये भारत आऊटवर्ड बाऊंड पायोनिअर्सची स्थापना पुण्यात करून आबांनी गिर्यारोहण या साहसी क्रीडा प्रकाराची ओळख करून दिली. गिर्यारोहण म्हणजे नुसतेच डोंगर, गड-कोट, किल्ले याठिकाणी भटकंती न करता त्याठिकाणची नैसर्गिक संपदा, प्राणी, पक्षी यांच्या माहितीसाठी त्यांना सहाय्य मिळाले ते ज्येष्ठ पक्षी अभ्यासक कै. प्रकाश गोळे, भूगोलाचे प्राध्यापक कै. दा. रा. गोळे आणि कै. डॉ. बापूकाका पटवर्धन. यामुळे केवळ भटकंती न ठरता निसर्गाचे जवळून निरीक्षण, ओळख, त्याचे जतन, संवर्धन याचाही अनुभव मिळत गेला. मी आबांच्या संपर्कात आलो ते १९६४ साली स.प.महाविद्यालयात शिकत असताना भूगोलाचे प्राध्यापक दा.रा. गोळे यांच्यामुळे. पुण्यात स्थापन झालेल्या, 'भारत आऊटवर्ड बाऊंड पायोनिअर्स' च्या साहस सहलीत मी दा. रा. गोळे, प्रकाश गोळे, डॉ. बापूकाका पटवर्धन आणि ना. कृ. महाजन यांच्या बरोबर जाऊ लागलो. गिर्यारोहण या साहसी क्रीडाप्रकाराची मुहूर्तमेढ रोवली गेली ती यांच्यामुळे. गिर्यारोहण क्षेत्रात जी काही नामवंत मंडळी

आहेत, त्यात आबांचे नाव प्रथम स्थानी आहे, यात कोणताही संदेह नाही. आज महाराष्ट्रात आणि खास करून पुण्यात अनेक युवक, युवती, बाल आणि ज्येष्ठ या साहसी क्रीडा प्रकाराकडे आकृष्ट झाले आहेत. हिमालय शिखर मोहिमा, पदभ्रभंती यात पुणेकर आघाडीवर आहेत. एव्हरेस्टवर पुणेकरांनी तिरंगा आणि शिवरायांचा भगवा झेंडा फडकावला आहे. आजमितीस जवळपास सत्तरच्यावर संस्था नियमितपणे सह्याद्री आणि हिमालयात भ्रमंतीला जात आहेत. याची सुरुवात केली आहे ती आबांनी आणि तीही पुण्यात. भारत आउटवर्ड बाऊंड पायोनिअर्सची स्थापना १९६३ साली पुण्यात झाली. संस्थेचे अध्यक्ष होते प्रभाकरपंत किर्लोस्कर तर उपाध्यक्ष होते अॅडव्होकेट सी. एन. भालेराव, ज्येष्ठ गिर्यारोहक दा. रा. गोळे, प्रकाश गोळे, डॉ.बापूकाका पटवर्धन आणि ना. कृ. महाजन हे सदस्य होते. संस्थेने १९६६ मध्ये सुदर्शन शिखर मोहीम काढली आणि त्यातील एक सभासद होते सिंहगडावरील नारायणराव पढेर. दा. रा. गोळ्यामुळे मी या संस्थेचा प्रथमपासून सभासद झालो आणि संस्थेच्या सह्याद्रीतील भटकंतीत भाग घेऊ लागलो. डिसेंबर १९६४ मध्ये सिंहगडावर झालेल्या प्रस्तरारोहण शिबिराच्या माध्यमातून आबांचा जवळून परिचय झाला. सिंहगडावरील या दोन दिवसांच्या वास्तव्यात आबांच्या स्वभावातील बारकावे लक्षात आले. गेली पन्नास वर्षे आमची मैत्री नुसती टिकूनच राहिली नाही, तर ती वृद्धिंगत होत गेली. जवळजवळ तीन तपांहून जास्त काळ आबांबरोबर सह्याद्री भ्रमणाबरोबरच हिमालयातील साहस सहलीत भाग घेतला आहे. आबांबरोबरच्या या प्रदीर्घ वाटचालीत मी अनेक गोष्टी शिकलो आहे, आणि त्या मला माझ्या प्रापंचिक तसेच कार्यालयीन वाटचालीत मार्गदर्शक ठरल्या आहेत. वेळेचे नियोजन, कार्यक्रमाची आखणी, खर्चाचा अंदाज, हिशोब ठेवणे, नोंदी ठेवणे यांचा उपयोग मला माझ्या दैनंदिन जीवनातही झाला आहे. आबा हे पुण्यातील सुप्रसिध्द निवासी शाळा एरिन नगरवाला हायस्कूल (पूर्वीची नॅशनल मॉडेल स्कूल) या शाळेच्या कार्यात स्थापनेपासून कार्यरत आहेत. शिक्षकीपेशा, त्यामुळे समोरच्याला समजेल अशा पध्दतीने सादरीकरण हा त्यांचा हातखंडा आहे. शिस्तबध्द वागणूक, वेळ पाळणे. आवश्यक तेवढाच खर्च करणे, मुलांचे पैसे आहेत म्हणून उगाच वायफळ खर्च करायचा नाही, याकडे सतत लक्ष. रफ आणि टफ होण्यासाठी सहलीत सामील होणे हा हेतू. स्वतःचे ओझे स्वतः वाहणे हे सांभाळणाऱ्यांचीच निवड केली जात होती.

निवड ट्रेक आणि सरावाचे ट्रेक यात भाग घेण्याची सक्ती. सरावाच्या ट्रेकमुळे त्याचा स्वभाव, सवयी याच्या माहितीचा सहल नेत्यांना उपयोग होत असे. सहलीत पोहण्यास पूर्ण मनाई होती. सहलीत दिवसाची सुरुवात प्रार्थनेने होते. आबांच्या या दंडकामुळे आतापर्यंतच्या सर्व सहली निर्विघ्नपणे पार पडल्या आहेत. सह्याद्रीतील भ्रमंतीत अनेक वेळा अवघड मार्गाने जावे लागत होते, तर कांही वेळा प्रस्तरारोहण करावे लागे. यासाठी प्रशिक्षण आवश्यक असल्याने आबांच्या पुढाकाराने मनाली येथील गिर्यारोहणाचा प्राथमिक अभ्यासक्रम ११ मुले आणि ६ मुर्लींनी १९७२ मध्ये पूर्ण केला. त्याचा उपयोग आम्हांस सह्याद्री तसेच हिमालयातील साहस सहलीत होत आहे. आता प्रशिक्षण झाल्याने सह्याद्रीतील साहस सहलींबरोबरच हिमालयात शिखर मोहिमा व पदभ्रणाचे उपक्रम सातत्याने राबविण्यात आबांचा सिंहाचा वाटा आहे. अखेरपर्यंत ते तितक्याच उत्साहाने हिमालय पदभ्रमण उपक्रमात सहभागी झाले होते. आबांचे बरोबर असणे संयोजकांचा उत्साह वाढविणारे असायचे. माऊंट कोलोहॉय शिखर मोहिमेत आम्ही शेवटच्या तळावर होतो, हवा सुधारण्याचे चिन्ह नव्हते. तीन दिवस वाट पाहिल्यावर आबांनी मोहीम गुंडाळण्यास सांगितले. शिखर चढाई बरोबरच सर्व सदस्य सुखरूप परत येणे महत्त्वाचे आहे, ही आबांची शिकवण. यानंतर कालिंदी, रुदुगैरा अनामिक शिखर या मोहिमा तसेच यमनोत्री,गंगोत्री, केदार बद्री, घुत्तु, मग्गू पवालि, त्रिजुगीनारायण, सोनप्रयाग, केदारनाथ, बद्रीनाथ या साहस सहली झाल्या. पुढे डिसेंबर १९७८ मध्ये 'पुणे माऊंटेनिअर्स'ची स्थापना झाली. अध्यक्ष होते दैनिक सकाळचे संपादक श्री. ग. मुणगेकर आणि उपाध्यक्ष होते आबा. मी कार्यवाह म्हणून काम पाहिले. पुणे माऊंटेनिअर्सच्या तीन तपाच्या वाटचालीस आबांच्या नेतृत्वाचा मोलाचा वाटा आहे. साहस सहलीत भाग घेण्याच्या आवेदन पत्राबरोबर वैद्यकीयदृष्ट्या पात्र असल्याचा दाखला घेण्यास सुरुवात केली. दाखला कसा असावा यासाठी पुण्यातील सैन्य वैद्यकीय महाविद्यालयाची मदत घेतली. उंचीमुळे होणारे त्रास त्यावर उपाय यांची माहिती घेतली आणि त्याप्रमाणे वैद्यकीय दाखले घेण्यास सुरुवात केली. या साहसी क्रीडा प्रकारात मुर्लींनीही सहभागी व्हावे यासाठी पूर्णपणे महिलांची 'मुल्किला' शिखर मोहिम ठरवली. त्यांचे पूर्ण नियोजन मुर्लींनीच केले आणि मोहीम फत्ते करून आबांचा विश्वास सार्थ ठरविला. गिर्यारोहण या साहसी क्रीडा प्रकारा बरोबरच इतर साहसी क्रीडा प्रकारात आबांनी आपला ठसा

उमटविला आहे. २७ मे २००८ या दिवशी ८८ वर्षाच्या आबांनी पॅरासेलिंग करून लिम्का बुक ऑफ रेकॉर्ड्स मध्ये सर्वात ज्येष्ठ पॅरासेलर असा एक आगळावेगळा विक्रम केला. नागफणी (ड्युक्स नोज) याठिकाणी व्हॅली क्रॉसिंग करून तरुणाईस या साहसी खेळात भाग घेण्यास उद्युक्त केले.

आबा हे नुसते गिर्यारोहक नव्हते, तर हॉकी, फुटबॉल, क्रिकेट या मैदानी खेळांबरोबर अॅथलेटिक्स, पोहणे, रोइंग, स्काऊटिंग यात त्यांचे मोलाचे योगदान आहे. रेडक्रॉस क्रीडा संघटना या संस्थेत ते सेवाभावी वृत्तीने काम करीत आहेत. आबांच्या पितृतुल्य आणि कुशल नेतृत्वाचा आम्हाला सतत लाभ मिळाला आहे. पुणे माऊंटेनिअर्सने कांही विशेष सहलींचे आयोजन केले आहे. आंतरराष्ट्रीय बालक वर्ष १९७९ मध्ये बालकांसाठी साहस सहल, आंतरराष्ट्रीय अपंग वर्ष १९८० अंध, मुके/बहिरे यांच्यासाठी हिमालय सहल, महिलांची मुल्किला शिखर मोहीम, माऊंट कोलोहॉय, कालिंदी, रुद्‌गैरा अनामिक शिखर या मोहिमा आबांच्या मार्गदर्शनाखाली झाल्या आहेत. केवळ सात/आठ लोकांसाठी मोहिमात होणारा मोठा खर्च पटत नसल्याने किमान खर्चात साहस सहलींचे आयोजन करून जास्तीत जास्त लोकांना हिमलायातील साहस सहलीस जाता यावे म्हणून अशा सहलींचे आयोजन करण्यास सुरुवात केली. नियमितपणा, स्वयंशिस्त, पुरेसा व्यायाम आणि सतत तरुणाईत वावर यामुळे आबांच्या वयाचा अनोळखी व्यक्तीस अंदाज करता येत नव्हता. आबांचा ९५ वा वाढदिवस २० ऑगस्ट २०१५ या दिवशी साजरा झाला, तो आगळ्यावेगळ्या पध्दतीनं. आबा हे एक गिर्यारोहक, गिरिप्रेमी असल्याने त्यांचा वाढदिवस हा त्यांची अढळ श्रद्धा असलेल्या गडावर, सिंहगडावर साजरा करण्यातच औचित्य होते. रेडक्रॉस पुणे आणि पुणे माऊंटेनिअर्स यांनी ह्या कार्यक्रमाचे संयोजन केले. २० ऑगस्ट २०१५ सकाळी पावणे सहा वाजता आबा आणि त्यांचे असंख्य चाहते सिंहगडाच्या पायथ्याशी आतकरवाडी येथे जमा झाले. नेहमीच्या प्रथेप्रमाणे प्रार्थना झाल्यावर आदरणीय आबांना वंदन करून सर्वांनी आबांबरोबर गडाकडे कूच केले, ते साडे सहा वाजता. गडावरून उतरणारे सिंहगड वारकरी आबांना चरणस्पर्श करून शुभेच्छा देत होते. सव्वा आठच्या सुमारास आम्ही सर्वजण पुणे दरवाजापाशी आलो. त्याठिकाणी वाहनाने गडावर आलेले आबांचे चाहते जमले होते. त्यांच्या बरोबर सर्व मंडळींनी गडावर जाण्यास सुरूवात केली. नरवीर तानाजी मालुसरे यांच्या पुतळ्याजवळ गेल्यावर आबांनी

नरवीर तानाजी मालुसरे यांच्या पुतळ्यास पुष्पमाला अर्पण केली. त्यानंतर आपटे बंगल्यात आबांचा शाल व श्रीफळ देउन सत्कार, उपस्थितांनी आपली मनोगते व्यक्त केल्यावर आबांनी नेमक्या शब्दात आपले मनोगत आणि या सर्व प्रवासात मला सतत साथ देणाऱ्या सर्वांचा कृतज्ञता पूर्वक उल्लेख करुन यापुढेही मला त्यांची अशीच साथ मिळेल याची खात्री दिली. आबांच्या गिर्यारोहणातील योगदानाची दखल गिरीमित्र जीवन गौरव पुरस्कार तसेच गार्डियन गिरीप्रेमी इन्स्टिट्यूट ऑफ माउंटेनिअरिंगचा जीवन गौरव पुरस्काराने सन्मानित करुन घेतली आहे. आबांची संस्था पुणे माउंटेनिअर्सला २०१६ ला संस्थेच्या गिर्यारोहणातील योगदानाबद्दल गिरीमित्रने सन्मानित केले आहे.

२) डॉ. बापूकाका पटवर्धन

डॉ. गोपाळ रंगनाथ (जी.आर.) ऊर्फ बापूकाका पटवर्धन यांचे शुक्रवार २४ मे २००२ रोजी वयाच्या ८६ व्या वर्षी निधन झाले. बापूकाका आणि सिंहगड यातील एक अतूट नाते संपले. बापूकाकांबरोबरच्या माझ्या चार दशकांच्या सहवासातील अनेक घटना, प्रसंग झर्कन डोळ्यासमोर उभ्या राहिल्या. डॉ. बापूकाकांशी माझा परिचय १९६४ च्या डिसेंबर महिन्यात सिंहगडावर झाला. मी तेंव्हा स.प.महाविद्यालयात रसायनशास्त्र विभागात प्रयोगशिक्षक म्हणून काम करत होतो. त्याच महाविद्यालयात प्रो.दा.रा गोळे हे भूगोल विभागात प्राध्यापक होते. महाविद्यालयाच्या सहलीमुळे गोळे सरांशी माझा परिचय झाला होता. त्यांनी सिंहगडावरील गिर्यारोहण शिबिरात भाग घेण्याबद्दल विचारणा केली. मलाही या साहसी क्रीडा प्रकाराची आवड असल्याने मी लगेचच शिबिरात सहभागी होण्यास तयार झालो. या शिबिरात डॉ. बापूकाकांशी परिचय झाला. गडावरील तीन दिवसांच्या वास्तव्यातील अनुभवावरुन यापुढे डॉ.बापूकाकांबरोबर साहस भटकंतीस भाग घेण्याचे मनोमन ठरविले. त्याकाळात हा साहसी क्रीडा प्रकार फारसा प्रसिद्ध नव्हता. किंबहुना असा पाठीवर पिशव्या- ओझे घेऊन जंगल, आडवाटेने भटकंती करणाऱ्याला चमत्कारिक समजले जायचे. बापूकाकांबरोबर आबासाहेब महाजन, प्रकाश गोळे, प्रो. दा. रा. गोळे यांच्याबरोबर मी पण या साहसी क्रीडाप्रकारात भाग घेऊ लागलो तसा बापूकाकांचा जवळून परिचय होत गेला. १९६४ ते १९७८ या दीड तपाच्या काळात बापूकाकांबरोबर महाराष्ट्रातील

अनेक साहस सहलीत भाग घेतला. बापूकाकांकडून अनेक चांगल्या सवयी लागल्या. त्यात पाण्याचा काटकसरीने वापर, मुक्कामाची जागा सोडताना ती स्वच्छ करुनच जाणे, रात्रीचा मुक्काम शक्यतो गावापासून लांब अंतरावर करणे जेणेकरुन आपला गावकऱ्यांना उपद्रव होणार नाही. स्वत: सगळी कामे करणे, अगदी पाणी आणणे, भांडी घासणे, सरपण गोळा करणे, साहसाबरोबरच निसर्ग निरिक्षण ज्यात पक्षी, वनस्पती यांचे ज्ञानमाहिती करुन घेणे, रात्रीच्या वेळी आकाशातील तारका पुंज पाहून त्यावरुन दिशा शोधणे हे बापूकाकांकडून शिकलो. बापूकाका उदंड उत्साहाने मुक्कामाच्या ठिकाणी पोचताच प्रथम चहा करुन सर्वांना देत. त्याला ते पेट्रोल म्हणत आणि त्याचा मोबदला घेत असत. बापूकाकांच्या हातचा चहा सगळा थकवा दूर करीत असे आणि भोजनाच्या तयारीस उत्साहाने सुरूवात होत असे. प्रत्येकाने आपल्या कामाचा वाटा उचलावा व सर्वांनी मिळून एकसंघ होऊन काम करावे यात सांघिक भावनेचा अंगीकार होत असे. नवीन ठिकाणी जाताना बापूकाका प्रथम त्या ठिकाणची माहिती गोळा करीत यात नकाशा छोटी गावे, वाड्या, पाण्याचे स्त्रोत मुक्कामासाठी देऊळ -शाळा इत्यादी तपशील मिळाल्यावर त्या साहस सहलीची रुपरेषा ठरवली जाई व त्याप्रमाणे ती सहल पूर्ण करीत असू. सहलीत प्रत्यक्ष आढळणाऱ्या गोष्टींची नोंद ठेवल्याने पुढील नियोजनात त्याचा हातभार लागत होता. पदभ्रमणामध्ये रात्री लवकर निजणे आणि सकाळी लवकर ऊठून प्रवासास सुरूवात, प्रत्येक तासानंतर पाच मिनिटांचा उभ्याने विसावा, तीन तासानंतर थोडा मोठा विसावा, त्यावेळी थोडे पाणी पिणे, थोडेसे खाणे, अशा पद्धतीने चालू होत असल्याने मुक्कामास पोहचेपर्यंत थकवा येत नसे. मोठ्या गटात चालताना ते नेहमी पुढे असत आणि त्यांच्याबरोबर सर्वात हळू चालणारा व बाकीचे त्यांच्या मागोमाग. यामुळे चुकामूक न होणे. सर्वजण एकाच वेळेस मुक्कामास पोचत त्यामुळे वेळेची बचत होत असे. त्यांची ही शिस्त पुढे मला हिमालयातील साहससहलीला फारच उपयोगी ठरली. त्यांचा दुसरा कटाक्ष म्हणजे पाण्याची शिस्त ते कशोशीने पाळत. प्रत्येकाने आपल्या गरजेपुरते पाणी बरोबर घेणे, पाण्यात भागीदारी न करणे असा दंडक होता. बापूकाकांची खोली म्हणजे निसर्गाचे संग्रहालयच होते. निरनिराळी पाने, फुले, वाळलेल्या फांद्या, दगड, नकाशे, यांचा संग्रह त्यांनी केला होता. ते स्वत: एक चांगले छायाचित्रकार होते. फोटो काढण्यापासून फिल्म धुणे, प्रती काढणे ते स्वत: करीत. दिवाळीच्या शुभेच्छा

त्यांनी काढलेल्या फोटोवर पाठवत होते. बापूकाकांच्या षष्ट्यब्दीपूर्ती कार्यक्रमाची एक आठवण आहे. त्यांच्या घरच्यांनी हा कार्यक्रम ठरवला. बापूकाकांनी मोठ्या नाखुषीने त्यास संमती दिली. जून १९७४ ला त्यांच्या घरच्या गच्चीवर संध्याकाळी आम्ही त्यांचे गिर्यारोहक मित्र आणि पटवर्धन कुटुंबीय बापूकाकांची वाट पाहत थांबलो होतो. बापूकाका दुपारीच पोस्टात पत्रे टाकून येतो म्हणून घरातून बाहेर पडले होते. अजून त्यांचा पत्ता नव्हता अखेर आठच्या सुमारास बापूकाका गच्चीवर आले आम्हा सर्वांचा संयम पाहून ते मिश्किलपणे हसले आणि कार्यक्रमात सहभागी झाले ते एका अटीवर कोणीही त्यांचा फोटो काढायचा नाही. बापूकाकांनी लग्न केले नव्हते आणि ते कुंटे चौकात बापट वाड्यात तिसऱ्या मजल्यावर रहात होते.

'भारत आउटवर्ड बाउंड पायोनिअर्स' या पुण्यातील पहिल्या गिर्यारोहण मंडळाच्या स्थापनेत बापूकाकांचा सिंहाचा वाटा आहे. संस्था स्थापन करून संस्थेमार्फत साहस सहली तसेच हिमालयात 'सुदर्शन' शिखरावर चढाई मोहीम, त्याची आखणी यात बापूकाकांचा पुढाकार होता. हिमालयात दरवर्षी एकदा तरी ते जात होते. सहलीचे ठिकाण ठरविताच त्याचा नकाशा अंतर उंची मुक्कामाची ठिकाणे, वाटेतील गाव, बसचा अखेरचा टप्पा इत्यादी तपशील तयार करून देत. त्यासाठी ते ग्रंथालयाचा पूर्ण उपयोग करीत असत आणि ब्रिटिश लायब्ररी हे त्यांचे नेहमीचे ठिकाण होते. या तपशिलाबरोबर सोबत न्यायची औषधे, त्यांचा उपयोग, हिमालयात कोणकोणते आजार होतात, त्यांची लक्षणे, कारणे आणि त्यावरील प्राथमिक उपचार याची माहितीपण ते आवर्जून देत होते. साहस सहलीत सर्वजण सुखरूप परत येणे हे महत्त्वाचे आणि ही माहिती देण्यामागे त्यांचा सुरक्षितता ह्यास प्राधान्य हा विचार होता. दरवर्षी दिवाळीला बापूकाका आपण स्वत: तयार केलेले दिवाळीचे भेटकार्ड न विसरता पाठवत होते. त्यात घरातील सर्व मंडळींचा उल्लेख असे. भेटकार्डवर त्यानीच काढलेला हिमालयातील पर्वतांविषयीचे छायाचित्र असे.

३) पक्षी निरीक्षक प्रकाश गोळे

ज्येष्ठ पक्षी निरीक्षक, पर्यावरण तज्ज्ञ डॉ. प्रकाश गोळे यांच्या निधनाने आपण एक अभ्यासू पक्षी निरीक्षक आणि सच्चा पर्यावरणवादी कार्यकर्ता गमावला आहे. अर्थशास्त्राचे पदव्युत्तर शिक्षण घेतल्यावर काही काळ त्यांनी गोखले

पक्षी निरीक्षक प्रकाश गोळे

राज्यशास्त्र आणि अर्थशास्त्र संस्थेत अध्यापनाचे काम केले होते. भारत स्काऊटच्या शिवाजी कुलाचे ते १९४९ ते १९५५ पर्यंत ते स्काऊट होते. तर १९५६ ते १९८२ ह्या कालावधीत स्काऊट मास्टर म्हणून त्यांनी काम केले. त्यामुळे त्यांना डोंगर दऱ्याखोऱ्यात भटकण्याची आवड निर्माण झाली असावी. भारत आऊटवर्ड बाऊंड पायोनिअर्स या गिर्यारोहण संस्थेची स्थापना १९६३ मध्ये केली. आणि सह्याद्री, हिमालय भ्रमंतीस सुरुवात झाली. निसर्गात मुक्तपणे हिंडतांना त्यांना पक्षी निरीक्षणाची आवड निर्माण झाली. अभ्यासू वृत्तीने त्यांनी तो छंद जोपासला. १९६९ मध्ये त्यांनी वर्ल्ड वाईल्ड लाईफ फंडची (डब्ल्यू. डब्ल्यू. एफ.) पुण्यात शाखा स्थापली. पक्षी निरीक्षण संशोधन प्रकल्प महाराष्ट्र, राजस्थान, उत्तर प्रदेश, लडाख, काश्मीर आणि अरुणाचल प्रदेश आणि भूतान येथे राबविले. त्यांच्या अभ्यासाचा विषय होता स्वान (बदक), तिबेटीयन क्रेन, आणि सारसक्रेन. माळढोक, पट्टे कादंब हंस (बार हेडेड गील). आंतरराष्ट्रीय संघटनांनी त्यांच्या या अभ्यासाची दखल घेतली होती.

१९६४ मध्ये मी त्यांच्या संपर्कात आलो ते प्रा.दा.रा. गोळे यांच्यामुळे. स.प. महाविद्यालयात गोळे भूगोलाचे प्रोफेसर होते आणि मी विद्यार्थी आणि नंतर प्रयोग शिक्षक म्हणून स.प.महाविद्यालयात होतो. प्रो. गोळ्यांमुळे मी भारत आऊटवर्ड बाऊंड पायोनिअर्सचा सभासद झालो. डिसेंबर १९६४ला सिंहगडावर संस्थेचे प्रस्तरारोहण शिबीर होते. कै. डॉ. प्रकाश गोळ्यांचा जवळून परिचय गडावर झाला. त्यांचा मितभाषी स्वभाव, हळू आवाजात बोलणे, आपला मुद्दा वा माहिती ही सहज सोप्या भाषेत आवाज न चढविता सांगणे ही त्यांची खासियत होती. गिरिभ्रमण करतांना आढळणारे पक्षी, रात्रीच्या वेळेस तारे या बद्दलची

माहिती देणे हे त्यांचे आवडते क्षेत्र. भारत आऊटवर्ड बाऊंड पायोनिअर्स या संस्थेच्या वाढीस डॉ. प्रकाश गोळे यांचे मोलाचे योगदान आहे. महाराष्ट्रा बरोबर हिमालयातील मोहीमात त्यांनी भाग घेतला होता. सुदर्शन शिखर मोहीम हे त्यांच्या योजकतेचे उदाहरण देता येईल. १९६९ पासून त्यांनी पक्षी निरिक्षण आणि पर्यावरण अभ्यासाकडे आपले लक्ष केंद्रीत केले. केवळ डोंगर दऱ्यात न हिंडता तेथील जीवसृष्टीचा अभ्यास, माहिती आणि त्याच्या जतनासाठी आपल्या परीने प्रयत्न करण्याची त्यांची तळमळ दिसून येत होती. इकोलॉजिकल सोसायटीची स्थापना १९८२ मध्ये करुन पाणी, पाणथळ जागा, तलाव आणि तेथील जीवसृष्टीचे जतन यावर लक्ष दिले. पानशेत जवळील पुनरुज्जीवित झालेलं जंगल हे त्यांच्या कार्याचं उत्तम उदाहरण आहे, त्याची दखल आंतरराष्ट्रीय स्तरावर घेतली गेली आणि त्यांना पुरस्कार मिळाला. केवळ तात्विक चर्चा न करता कृतिशील प्रायोगिक उपक्रम राबवून त्यांनी हे कार्य केले. या संस्थेच्या माध्यमातून निसर्ग संवर्धनातील पदव्युत्तर पदविका अभासक्रम सुरु करण्यात त्यांचा मोलाचा वाटा आहे. ज्येष्ठ पक्षितज्ज्ञ डॉ. सलीम अली यांच्या बरोबर त्यांनी अनेक संशोधन प्रकल्पांमध्ये काम केलं. महाराष्ट्र पक्षीमित्र संघटनेतर्फे घेण्यात आलेल्या पक्षीमित्र संमेलनाची सुरुवात डॉ. गोळे यांनी केली. बंडगार्डन जवळील नदीकिनारी असलेल्या खासगी जागेत पक्षी अभयारण्य उभे केले. विंचुर्णी (जि. सातारा) गावातील गवताळ कुरणाच्या संवर्धन आणि वाढीसाठी प्रयोग राबवून तो यशस्वी केला. निसर्गाच्या अशावाटा, रानवाटा, कथा कोकण किनाऱ्याची, सारस क्रौंच या मराठीतील पुस्तकांबरोबर अंडस्टॅंडिंग रिऑलिटी, रिस्टोरेशन ऑफ नेचर ही इंग्रजीतील पुस्तके प्रकाशित झाली आहेत. अशा थोर व्यक्तीच्या कार्याची खरी ओळख त्याच्या जाण्यानंतर होते हे वास्तव आहे. आपण बरोबर कांहीच नेत नाही, मागे मात्र फार काही ठेवतो आणि काय ठेवायचे ते आपल्या हातात असते. त्यांनी मागे ठेवलेले हे त्यांचे कार्य असेच पुढे चालविणे हीच त्यांना खरी श्रद्धांजली होईल.

४) प्रो.दा.रा.गोळे

सर परशुरामभाऊ महाविद्यालयातील भूगोल विषयाचे प्राध्यापक. भूगोल विषय असल्याने जात्याच फिरण्याची आवड होती. महाविद्यालयाच्या सहली आणि प्रो. गोळे यांच्यात एक अतूट संबंध होता. स्काउटिंगमुळे त्यांच्या जंगल भ्रमंतीस एक

खास स्थान निर्माण झाले होते. यातूनच भारत आउटवर्ड बाउंड पायोनिअर्सची स्थापना झाली. सह्याद्रीतील भ्रमंती बरोबरच हिमालयातील साहस सहली, शिखर मोहिमा यात त्यांचा मोठा वाटा आहे. बांग्लादेश मुक्ती संग्रामात त्यांनी भूमीगत राहून मुक्तीवाहिनीचे काम केले. त्यांच्या बरोबर मी दीडतपाहून जास्त काळ सह्याभ्रमण केले. सिंहगडावर प्रस्तरारोहणाची शिबीर झाली. सावित्रीबाई फूले पुणे विद्यापीठासाठी स्वतंत्र शिबीर आणि साहस सहलींचे आयोजन केले.

५) जगधीश नानावटी (जन्म १९२८ मृत्यु २९ जून २०११)

गिर्यारोहण ही संकल्पना जेंव्हा लोकांना माहित नव्हती त्या काळात म्हणजे १९५५ पासून जगधीश नानावटी यांनी महाराष्ट्रात गिर्यारोहणाची सुरुवात केली, ते गिर्यारोहणाचे प्रशिक्षण पूर्ण करून. त्याकाळी दऱ्या-डोंगरात भटकणे हे नवीन नव्हते, पण त्यास एक क्रीडाप्रकार म्हणून मान्यता प्राप्त झाली नव्हती. नानावटींनी १९५५ मध्ये कसौरीपास ट्रेक केला. १९६१ मध्ये निलगिरी पर्वत मोहीम, १९७० मध्ये बथरटोलि मोहिम, १९९२ मध्ये पंचचुली व्हॅली अशी भ्रमंती केली. हिमालयीन मोहिमा काढण्यापेक्षा त्यांनी आपले लक्ष गिर्यारोहणाचा प्रसार आणि प्रचार करण्यावरच केंद्रित केले होते. आपल्या अनुभवाचा व ज्ञानाचा लाभ सर्वांना व्हावा म्हणून त्यांनी १९६० मध्ये हिमालयीन क्लबसोबत ठाणे जिल्हात मुंब्रा येथे प्रस्तर आरोहण प्रशिक्षण सुरु केले. त्यासाठी दार्जिलिंग येथील हिमालयीन माऊंटेनिअरिंग इन्स्टिट्युटचे नवांग गोंबू आणि आंगकामी यांना आमंत्रित केले. हिमालय शिखर मोहिमेत गिर्यारोहकाने एखादे विवक्षित शिखर सर केले की नाही हे फक्त त्याने सादर केलेल्या माहितीवर आणि काढलेल्या छायाचित्रांवरच अवलंबून

होते. परंतु नकाशा, परिसराची माहिती, शिखरावरून दिसणारी डोंगररांग अशा विविध मुद्यांचा तौलनिक अभ्यास करून शिखर सर केले का नाही हे ठामपणे सिद्ध करता येते असा दावा करणारे जगधीश नानावटी हे पहिले गिर्यारोहक आहेत. एखादे शिखर सर केले की नाही हे ठरविण्याची शास्त्रशुध्द पध्दत नानावटींनी भारतीय गिर्यारोहण क्षेत्रात विकसित केली. १९६५ मध्ये सेनादलाच्या चमूने नीलकंठ शिखर सर केले. त्याच्या सत्यतेबाबत प्रश्नचिन्ह उभे राहिले. तेंव्हा नानावटींनी सर्व तांत्रिक मुद्यांचा अभ्यास केला त्या शिखर परिसरात स्वत: प्रत्यक्ष जाऊन आले आणि नीलकंठ शिखर सर झाले नसल्याचे सिद्ध केले. त्यासाठी त्यांना प्रत्यक्ष सरकारशी दोन हात करावे लागले. नमो, कांगसांग, माचीकोकथांग या मोहिमातील परिक्षण करून त्यातील फोलपणा उघडकीस आणला. नानावटींनी वापरलेली ही शास्त्रीय पद्धत आज सर्वत्र वापरली जात आहे. भारतीयांना त्यावेळेस ही पद्धत रुचणारी नव्हती. परंतु या पद्धतीची दखल 'लंडन अल्पाइन क्लबने' घेतली. त्यांच्या नियतकालिकेत नीलकंठ आरोहणावर परखड भाष्य करणारा लेख प्रसिद्ध झाल्याने नानावटींच्या त्या कर्तृत्वावर जागतिक शिकामोर्तब झाले. लंडन अल्पाइन क्लबने त्यांना सदस्यत्व बहाल केले आणि 'माऊंटेनिअरिंग क्लेम्स व्हेरिफिकेश' या जागतिक स्तरावरील समितीत त्यांना सदस्यत्व दिले. भारतीय गिर्यारोहण प्रतिष्ठानने ही अशी समिती नेमून नानावटींना त्यावर सल्लागार नेमले. १९७० ला हिमालयन क्लबचे कार्यालय मुंबईत स्थलांतरित झाले. तेंव्हा पासून २१ वर्ष ते संस्थेचे सचिव आणि नंतर आठ वर्ष अध्यक्ष होते. गिर्यारोहणाबरोबरच ते विविध सामाजिक संस्थांचे सक्रीय सभासद होते. नानावटी हॉस्पिटल ट्रस्ट, नानावटी एज्युकेशन ट्रस्ट, कोरा केंद्र, खादीभवन यात त्यांचे मोलाचे योगदान आहे. २९ जून २०११ रोजी त्यांचे निधन झाले आणि एक अभ्यासू गिर्यारोहक देशाने गमावला. ते जरी आज इथं देहाने नसले तरी त्यांचे कार्य हिमालयन क्लब आणि भारतीय गिर्यारोहण प्रतिष्ठानने आजही पुढे चालू ठेवले आहे.

६) हरीष कपाडिया

नामवंत हिमालयीन गिर्यारोहक हरीष कपाडिया यांचा जन्म मुंबई ११ जुलै १९४५ रोजी झाला. त्यांची गिर्यारोहणातील वाटचाल मुंबई जवळ आणि पश्चिम घाट येथे सुरू झाली. हिमालयातील माहीत नसलेला भाग शोधणे हा त्यांचा छंद होता.

हरीष कपाडिया

त्यामुळे तिथे लोकांना जाता येईल याचे मार्गदर्शन व्हावे. यातील मुख्य शिखर आहेत देवतोली (२२२७० फूट, बंदरपूछ पश्चिम (२००२० फूट) परिलुंगवी (२०२३० फूट) हे १९९५ मध्ये केले. लुंगसेर कांग्री (२१८७० फूट) रुप्सु लडाख मधील सर्वात उंच शिखर त्यांनी सर केले. आठ आंतरराष्ट्रीय मोहिमांचे नेतृत्व त्यांनी केले. त्यातील ५ ब्रिटिश, दोन फ्रेंच, एक जपानी मोहीम यांचा समावेश होता. यात रिमो (२२२२९ फूट) चोंग कुमदन कांग्री (२३१९९ फूट) सुदर्शन पर्वत पद्मनाभ (२३०६० फूट) आणि पंचशूली ही शिखरे आहेत. १९७४ मध्ये त्यांना एका मोठ्या अपघातास सामोरे जावे लागले. ते एका हिमभेगेत (हिमविवरात) पडले. त्यांच्या सहकाऱ्यांनी त्यांना १३ दिवस वाहून आधार तळावर आणले. तेथून त्याना हेलिकॉप्टरने रुग्णालयात पुढील उपचारासाठी दाखल केले. त्यांचा खुब्याचा सांधा निखळला होता. दोन वर्षे त्याना चालण्यासाठी कुबडीचा आधार घ्यावा लागला. परंतु त्यांना स्वस्थ बसवेना. कारण बराच काळ गिर्यारोहणापासून त्यांना दूर रहावे लागले या दुखापतीनंतरही तीन दशक ते गिर्यारोहण करीत होते. मुंबई विद्यापीठाचे कॉमर्स, लॉ, आणि मॅनेजमेंटचे पदवीधर असलेले कपाडिया हे कापडाचे व्यापारी होते. त्यांनी बारा पुस्तके प्रकाशित केली. त्यांचे 'ट्रेक द सह्याद्री' हे पुस्तक खास करून महाराष्ट्रातील गिर्यारोहकांसाठी एक प्रमाणित संदर्भ पुस्तक ठरले आहे. त्याकाळात आम्ही या पुस्तकाचा वापर नवनवीन ट्रेकसाठी करीत होतो. त्यांच्या इतर पुस्तकात 'एक्सप्लोअरिंग द हिडन हिमालया' (सोली मेहतांबरोबर), 'हाय हिमालया अन नोन व्हॅलिझ', 'मिटींग द माऊंटन' ही त्यांची हिमालयातील भ्रमंतीवरची पुस्तक आहेत. हिमालयन जर्नलचे संपादक म्हणून १९८० ते १९८६ या काळात त्यांनी काम केले. १९९० नंतर या नियतकालिकेला आंतरराष्ट्रीय दर्जा प्राप्त करून दिला. ब्रिटिश अल्पाइन क्लबचे सन्माननीय सदस्यत्व, भारतीय गिर्यारोहण प्रतिष्ठानचे १९९७ ते १९९९ या काळात उपाध्यक्षपद भूषविले. भारतीय गिर्यारोहण प्रतिष्ठानने

त्यांच्या गिर्यारोहण क्षेत्रातील योगदानाबद्दल त्यांना १९९३ मध्ये सुवर्णपदक देऊन गौरव केला. रॉयल जिऑग्राफिकल सोसायटीच्या पॅट्रन्स गोल्ड मेडलने त्यांचा ब्रिटनच्या राणीने गौरव केला. गिर्यारोहण क्षेत्रातील त्यांच्या योगदानासाठी 'तेनसिंग नोर्गे नॅशनल अॅडव्हेंचर अॅवॉर्ड २००३' जीवन गौरव पुरस्काराने सन्मानित केले. अनेक देशांनी त्याना हिमालयीन शोध यावर व्याख्यानांसाठी आमंत्रित केले आहे. अनेक गिर्यारोहक संघटनांचे ते सभासद आहेत. अमेरिकन अल्पाइन क्लब आणि स्वीस नॅशनल म्युझियमला त्यांनी आपली छायाचित्रे भेट दिलेली आहेत. त्यांचा मुलगा लेफ्टनंट नवांग कपाडिया, जो ११ नोव्हेंबर २०००ला राजवार कुपवारा जिल्हा येथे अतिरेक्यांबरोबरच्या चकमकीत शहिद झाला. हिमालयन क्लबच्या ग्रंथालयास त्यांचे नाव दिले आहे. ३ नोव्हेंबर २०१७ ला सेउल साउथ कोरिया येथे पिओलेट्स दी ऑर्डर एशिया लाइफ टाइम अॅचिव्हमेंट अॅवॉर्डने गौरविले आहे. त्यांच्या गिर्यारोहण आणि अन्वेषण क्षेत्रातील योगदानाबद्दल सन्मानित झालेले हे पहिले भारतीय आहेत. त्यांच्या गिर्यारोहणातील मोहिमात ते ३३ शिखरे सर केली. त्यातील २१ शिखरांवर प्रथम चढाई केलेली आहे.

६. एव्हरेस्ट दिन

वयाच्या पन्नाशीनंतर शरद कुलकर्णी यांनी ऑस्ट्रेलियातील माऊंट कोशियुस्को शिखर पत्नी अंजलीसह सर केले. त्यानंतर या दोघांनी आफ्रिकेतील किलिमांजारो शिखर सर केले. तिसरी मोहीम होती ती माऊंट एव्हरेस्ट. दुर्दैवाने १२ मे २०१९ दिवशी या चांगल्या घटनेला दु:खाची किनार लागली. सोलापूर जिल्ह्यातील निहाल बागवान आणि मुंबई येथील अंजली कुलकर्णी या दोन एव्हरेस्ट वीरांचे मोहीम पूर्ण झाल्यावर बेसकँप ४ ला येताना ऑक्सिजनच्या कमतरतेमुळे निधन झाले. शरद कुलकर्णी यांनी या धक्क्यातून स्वतःला सावरून मे २०२३ ला एव्हरेस्टवर माथा टेकवून पत्नी अंजलीस श्रद्धांजली वाहिली. कामी रिटा शेर्पा यांनी १५ मे २०१९ रोजी एव्हरेस्ट वर २३ व्यांदा माथा टेकवला. त्यानंतर शुक्रवार ८ मे २०२२ ह्या दिवशी नेपाळच्या कामी रिटा शेर्पा यांनी जगातील सर्वोच्च शिखर २६ व्या वेळा यशस्वी चढाई करून आपलाच २५ वेळा यशस्वी चढाईचा विक्रम मोडला. नेपाळच्या पासांग दावा शेर्पा यांनी रविवार १४ मे २०२३ ला २६ व्या वेळा एव्हरेस्टवर नेपाळचा ध्वज फडकावून सर्वाधिक वेळा एव्हरेस्ट सर करण्याच्या विक्रमाची बरोबरी केली. त्यानंतर लगेचच कामी रिटा शेर्पा यांनी १७ मे २०२३ रोजी २७ वेळा एव्हरेस्ट वर माथा टेकवून नवा विक्रम नोंदवला. बाणेर, पुणे येथील एका सामान्य कुटुंबातील सामान्य गृहिणी सुविधा राजेंद्र कडलग यांनी बुधवार १७

मे २०२३ ला एव्हरेस्टवर माथा टेकवला. त्यांची दुर्दम्य इच्छाशक्ती आणि कठोर परिश्रम यामुळेच त्यांना हे यश मिळाले. त्यांची गिर्यारोहणाची सुरुवात झाली ती २०१४ ला सिंहगडपासून अत्यंत प्रतिकूल परिस्थितीत. २६ ऑगस्ट २०२१ ला माऊंट कांग्यत्से (६२५० मीटर) आणि ३० जुलै २०२२ मध्ये माऊंट नुन (७१३५ मीटर) शिखर मोहीम यशस्वी केली आहे.

पासांग दावा शेर्पा याने २७ व्या वेळा एव्हरेस्टवर २०२३ ला एव्हरेस्ट सर केले. अफगाणिस्थानातील युध्दात आपले दोन्ही पाय गमावलेल्या बुधसागर यांनी कृत्रिम पायांनी माऊंट एव्हरेस्ट सर केले. एव्हरेस्ट शिखर सर करण्याच्या जिद्दीने निघालेल्या ५९ वर्षीय भारतीय महिला गिर्यारोहक सुजाने लिओपोल्डिना यांचे १९ मे २०२३ ला रुग्णालयात निधन झाल्याने एव्हरेस्टची जिद अपूर्णच राहिली. किल्ले सिंहगड परिसरातील गोऱ्हे खुर्द, पाताळेवाडी येथील ३४ वर्षीय लहू कोंडीबा उघडे यांनी २३ मे २०२३ ला सकाळी साडेआठ वाजता माऊंट एव्हरेस्टवर यशस्वी चढाई केली. छत्रपती शिवरायांवरील निस्सीम भक्तीपोटी आपल्या ध्येयाची स्न्पनपूर्ती एव्हरेस्टवर शिवरायांचा भगवा आणि राष्ट्रध्वज तिरंगा ध्वज फडकावून केली.

२०२३ च्या एव्हरेस्ट दिनास कडलग एव्हरेस्टवर भारताचा तिरंगा आणि छत्रपती शिवरायांचा भगवा फडकवून दिनाची भेट दिली आहे. सविता कंसवालने १ मे २०२२ रोजी माऊंट एव्हरेस्ट तर २८ मे २०२२ ला मकालू शिखर सर केले. सोळा दिवसात दोन मोठी शिखरे सर करणाऱ्या त्या पहिल्या भारतीय महिला गिर्यारोहक ठरल्या आहेत. करवीर कन्या कस्तुरी १४ मे २०२२ रोजी सकाळी एव्हरेस्टवर तिरंगा आणि शिवरायांचा भगवा फडकावला. तिने अन्नपूर्णा शिखरही सर केले आहे. तीस दिवसांच्या आत चार शिखरे ३० एप्रिल २०२२ ला ८०९१ मीटर उंचीचे अन्नपूर्णा, १२ मे २०२२ ला ८५८६ मीटर उंचीचे कांचनजुंगा, २२ मे २०२२ ला माऊंट एव्हरेस्ट, २३ मे ला माऊंट लोत्से अशी चार शिखरे सर करणारी ती एकमेव भारतीय गिर्यारोहक ठरली आहे. किशोर धनकुडे हे जून २०२१ मध्ये दोन्ही बाजूंनी - चीन आणि नेपाळच्या बाजूने अतिशय खडतर मार्गनि एव्हरेस्ट चढून दोन्ही बाजूंनी एव्हरेस्ट वर जाणारा पहिला भारतीय ठरले आहेत. डॉ. हेमंत आणि डॉ. सुरभी लेऊवा हे माऊंट एव्हरेस्ट सर करणारे पहिले भारतीय डॉक्टर दांपत्य १३ मे २०२२ला एव्हरेस्टवर पोहोचले आहेत. मुंबई पोलिस दलातील अधिकारी संभाजी गुरव यांनी २२ मे २०२१ ला एव्हरेस्ट सर केले. पुण्यातील

गिरिप्रेमींच्या जितेंद्र गवारे याने १२ मे २०२१ ला एव्हरेस्ट शिखर सर केले, या आधी त्याने अन्नपूर्णा १ वर यशस्वी चढाई केली होती. २५ दिवसांच्या आत दोन अष्टहजारी शिखर सर केली. शुक्रवार दिनांक २४ मे २०१९ रोजी पहाटे आदिवासी विकास विभागाच्या 'मिशन शौर्य' या प्रकल्पांतर्गत महाराष्ट्र राज्यातील नऊ आदिवासी विद्यार्थ्यांनी माऊंट एव्हरेस्टवर भारताच्या तिरंगा ध्वजाचे आरोहण केले. त्यात सहा विद्यार्थी आणि तीन विद्यार्थिनींनी ही मोहीम फत्ते केली. या मोहिमेचे नेतृत्व सुरगणा तालुक्यातील 'हस्ते' येथील हेमलता गायकवाड या अकरावीत शिकणाऱ्या आदिवासी मुलीने केले. ह्या आधी नागपूर जिल्ह्यातील कुडी-मांढळ येथील शेतकरी पुत्र प्रणव बांडेबुचे याने अनेक अडचणींवर मात करुन सोमवार २१ मे २०१९ ला एव्हरेस्टवर जाऊन आपले स्वप्न पूर्ण केले. हैदराबाद येथील राष्ट्रीय स्वयंसेवक संघाचे स्वयंसेवक विपीन चौधरी यांनी माऊंट एव्हरेस्टवर भारतीय तिरंगा २४ मे २०१९ रोजी फडकावला. कामी रिटा शेर्पा यांनी १५ मे २०१९ ला एव्हरेस्ट वर २३ व्यांदा माथा टेकवला. त्यानंतर २१ मे २०१९ ला भारताच्या पोलिस दलातील सदस्यांना घेऊन कामी रिटा शेर्पा यांनी आपलाच विक्रम मोडून २४ वेळा एव्हरेस्ट वर जाणारे गिर्यारोहक म्हणून आपले नाव नोंदविले. या वर्षीचा एव्हरेस्ट दिन २९ मे ह्या दिनाला दिलेली ही अमूल्य भेटच आहे. या चांगल्या घटनेला दुःखाची किनार लागली ती सोलापूर जिल्ह्यातील निहाल बागवान आणि मुंबई येथील अंजली कुलकर्णी या दोन एव्हरेस्ट वीरांचे मोहीम पूर्ण झाल्यावर बेसकँप ४ ला येताना ऑक्सिजनच्या कमतरतेमुळे निधन झाले. या हंगामात आतापर्यंत १० गिर्यारोहकांनी प्राण गमावले आहेत. या वर्षी प्रकर्षाने जाणवलेली गोष्ट म्हणजे एव्हरेस्ट 'ट्रॅफिक जॅम' कदाचित गिर्यारोहकांच्या मृत्यूस हे कारण असावे. या गिर्यारोहकांना विनम्र श्रद्धांजली! माऊंट एव्हरेस्ट या जगातील सर्वात उंच शिखरावर भारताचा तिरंगा आणि शिवरायांचा भगवा ध्वज औरंगाबादच्या मनिषा वाघमारे यांनी सोमवार २१ मे २०१८, सकाळी आठ वाजून दहा मिनिटांनी रोवला. गेल्या वर्षी १७० मीटर अंतर बाकी असताना खराब हवेमुळे मनीषाला माघारी यावे लागले होते. त्याने खचून न जाता मनीषाने यावर्षी अधिक जोमाने आणि आत्मविश्वासाने हे यश संपादन करुन एव्हरेस्ट दिनाची ही अनमोल भेटच दिली आहे. मनिषा ही एव्हरेस्टवर जाणारी मराठवाड्यातील पहिलीच महिला गिर्यारोहक आहे. लव्हार्डे (ता. मुळशी) येथील भगवान भिकोबा चवले या ३५

वर्षीय युवकाने दुर्दम्य इच्छाशक्ती आणि आत्मविश्वासाच्या बळावर जगातील सर्वोच्च शिखर माऊंट एव्हरेस्ट गुरुवारी, दिनांक १७ मे २०१८ रोजी सकाळी ८.५० वाजता सर केले. २०१७ मध्ये चवले याना केवळ १०० मीटर अंतर असताना वादळी वाऱ्यामुळे परत यावे लागले होते. चंद्रपूर येथील आश्रम शाळेतील चार आदिवासी विद्यार्थ्यांनी १६ मे २०१८ या दिवशी एव्हरेस्टवर तिरंगा फडकावून 'आकांक्षांपुढती तिथे गगन ठेंगणे' या काव्यपंक्ती सार्थ ठरविल्या. यातील आणखी दोघेजण एव्हरेस्टच्या मार्गावर आहेत आणि तेही यात यशस्वी होतील. उर्वी पाटील या दहा वर्षाच्या महाराष्ट्र कन्येने १३ हजार ८०० फुटावरील 'सरपास' शिखर सर केले. एवढ्या लहान वयात सरपासवर जाणारी ती पहिलीच महाराष्ट्रीय मुलगी आहे. या मागोमाग साताऱ्याच्या प्रियांका मोहिमेने ल्होत्से शिखर सर करून ल्होत्सेवर जाणारी जगातली सर्वात लहान गिर्यारोहक ठरली आहे. ही आहे भारतीय आणि खास करून महाराष्ट्रीय गिर्यारोहकांची कामगिरी. पहिल्या भारतीय यशस्वी एव्हरेस्ट मोहिमेच्या घटनेस २० मे २०१८ या दिवशी ६५ वर्षे होत आहेत. एकवीस जणांच्या तुकडीतील नऊ गिर्यारोहक एव्हरेस्टवर पोहोचले. नवांग गोम्बू हा ठरला दोनदा एव्हरेस्ट चढाई करणारा. या ऐतिहासिक घटनेचा सुवर्णमहोत्सवी सोहळा मोहिमेतील हयात सदस्य आणि त्यांचे आप्त यांच्या उपस्थितीत पार पडला होता. २९ मे १९५३ नंतर अनेक एव्हरेस्ट मोहिमा आणि विक्रम झाले आहेत. २९ मे हा दिवस जागतिक एव्हरेस्ट दिन म्हणून नेपाळ सरकारने जाहीर केला आहे. या निमित्त एक मागोवा घेण्याचा हा एक प्रामाणिक प्रयास आहे. भूषण हर्षे, गणेश मोरे आणि आनंद माळी या 'गिरिप्रेमी' च्या गिर्यारोहकांनी शुक्रवार १७ मे २०१३ रोजी सकाळी ८ वाजता एव्हरेस्टवर शिवरायांच्या महाराष्ट्राचा भगवा ध्वज आणि भारताचा तिरंगा फडकावून सह्याद्रीच्या या मावळ्यांनी ऐतिहासिक घटनेची नोंद केली. या गिर्यारोहकांच्या पाठीशी होते ते त्यांचे हितचिंतक, कुटुंबीय, आप्त, सगेसोयरे, मित्रपरिवार आणि या महानगरातील समस्त रहिवासी. त्यांनी अनेक प्रकारांनी मदत केली. गेल्या अनेक महिन्यांच्या अथक परिश्रमाची ही सफल सांगताच म्हणावी लागेल. या गिर्यारोहकांचे हे यश म्हणजे पी.एच.डी. - पी म्हणजे पेशन्स, एच म्हणजे हार्डवर्क आणि डी म्हणजे डेडिकेशन यांचे मूर्तिमंत उदाहरण ठरले आहे. 'गिरिप्रेमीं'नी गतवर्षी 'पुणे एव्हरेस्ट २०१२' ही मोहीम यशस्वी केली होती. यंदा 'ल्होत्से- एव्हरेस्ट २०२१' या महत्त्वाकांक्षी मोहिमेवर २१ मार्चला

गिर्यारोहक रवाना झाले होते. सातार्‍याचा गिर्यारोहक आशिष माने याने ल्होत्से हे जगातील चौथ्या क्रमांकाचे शिखर सर करून इतिहास घडविला. ल्होत्सेवर जाणारा महाराष्ट्राचा चौथा गिर्यारोहक ठरला आहे.

'ल्होत्से- एव्हरेस्ट २०१३' मोहिमेची यशस्वी सांगता महाराष्ट्रातील एका संस्थेने ११ एव्हरेस्टवीर घडवून साधली आहे ती एव्हरेस्ट विजयाच्या हीरक महोत्सवी वर्षात. पुण्यात १९६३ साली कै. डॉ. बापूकाका पटवर्धन, कै. प्रो. दा. रा. गोळे, कै. प्रकाश गोळे आणि कै. आबासाहेब महाजन यांनी भारत आऊटवर्ड बाऊंड पायोनिअर्सची स्थापना करून पुण्यात गिर्यारोहण या साहसी क्रीडाप्रकाराची मुहूर्तमेढ रोवली. आज 'ल्होत्से एव्हरेस्ट' विजयाने त्यावर कळस चढविला आहे. २१ मे २००९ ह्या दिवशी अकरा भारतीयांनी एव्हरेस्टवर भारताचा राष्ट्रध्वज तिरंगा फडकावला.

उत्तर काशीच्या नेहरु इन्स्टिट्यूट ऑफ माऊंटेनिअरिंगच्या या तुकडी मागोमाग पुण्याच्या कृष्णा पाटील या एकोणीस वर्षाच्या युवतीने आंतरराष्ट्रीय इको एव्हरेस्ट मोहीम २००९ या कार्यक्रमाची सांगता एव्हरेस्टवर भारताचा राष्ट्रध्वज फडकवून केली. याच मोहिमेत अजून एका उच्चांकाची नोंद झाली, ती अपा शेर्पा यांनी एकोणीसाव्यांदा एव्हरेस्ट सर करण्याची. अठरा वेळा एव्हरेस्टवर आपलाच जाण्याचा विक्रम त्यांनी मोडला. आता एकवीस वेळा एव्हरेस्टवर जाणारा तो एकमेव आहे. कृष्णा पाटील ही दुसरी महाराष्ट्रीय मुलगी, तर तिसरी भारतीय. सुरेंद्र चव्हाण यांनी १९९८ मध्ये एव्हरेस्ट सर केले, तर २००५ मध्ये अश्विनी सडेकर-पवार या महाराष्ट्रीय मुलीने लष्कराच्या मोहिमेतून एव्हरेस्ट सर केले होते. २९ मे १९५३ या दिवशी एव्हरेस्टवर प्रथमच मानवाची पावले पडली. सर एडमंड हिलरी आणि तेनसिंग नोर्गे यांनी २९ मे १९५३ ह्या दिवशी एव्हरेस्ट ह्या जगातील सर्वांत उंच शिखरावर माथा टेकला. २९ मे २०१८ ला या घटनेस ६५ वर्षे पूर्ण झाली आहेत. ह्या पासष्ट वर्षांच्या काळात एव्हरेस्टशी संबंधित अनेक विक्रमांची नोंद होत गेली आहे, तर अनेक जुने विक्रम मोडले गेले आहेत. नेपाळ सरकारने २९ मे हा दिवस आंतरराष्ट्रीय एव्हरेस्ट दिन म्हणून जाहीर केला आणि पहिला आंतरराष्ट्रीय एव्हरेस्ट दिन २९ मे २००८ या दिवशी साजरा केला गेला. नेपाळच्या अर्थकारणात एव्हरेस्ट हा केंद्रबिंदू आहे आणि याची दखल घेण्याचा हा नेपाळ सरकारचा प्रामाणिक प्रयास. २९ मे २००९ या दिवशी दुसरा आंतरराष्ट्रीय एव्हरेस्ट

दिन साजरा झाला, तो कृष्णा पाटीलच्या एव्हरेस्ट सर करण्याने! भारतीयांना आणि महाराष्ट्रीयांना दिलेल्या या अनोख्या भेटीने. कृष्णा पाटील ही जगातील निरनिराळ्या खंडातील सात उंच शिखरे जिंकण्याच्या प्रयत्नात आहे. एव्हरेस्ट सर करणारी सर्वात लहान मुलगी मिंग किप शेर्पा! या १५ वर्षाच्या मुलीने २४ मे २००६ या दिवशी एव्हरेस्ट सर करून जगातील सर्वात लहान एव्हरेस्ट वीरांगनेचा मान मिळवला. एव्हरेस्टवर जाणारी सर्वात लहान भारतीय मुलगी आहे ती डिकी डोल्मा तर कृष्णा पाटील तिच्याहून चार महिन्याने मोठी असल्याने दुसरी लहान भारतीय ठरली आहे ती कृष्णा पाटील.

एव्हरेस्ट इतिहास - अशा या जगातील सर्वात उंच शिखराचा इतिहास मोठा गंमतशीर आहे. एव्हरेस्ट हे जगतील सर्वात उंच शिखर असल्याचा शोध एका मोठ्या सर्वेक्षणात लागला. १० एप्रिल १८०२ या दिवशी महात्रिकोणामिती (ग्रेट ट्रिग्नॉमेट्रिकल सर्व्हे) सर्वेक्षणाची सुरुवात कर्नल विल्यम लॅम्बटन यांनी केली. त्यास लेफ्टनंट जॉर्ज एव्हरेस्ट यांनी सहाय्य केले. कर्नल विल्यम लॅम्बटन यांच्या निधनानंतर या सर्वेक्षणाची जबाबदारी लेफ्टनंट जॉर्ज एव्हरेस्ट यांच्यावर आली. या सर्वेक्षणाची सुरुवात भारताच्या दक्षिण टोकापासून झाली, तर त्याची अखेर हिमालयात झाली. याच सर्वेक्षणात लेफ्टनंट जॉर्ज एव्हरेस्ट यांना जगातील सर्वात उंच शिखराचा शोध लागला. तो १८४१ साली. त्या शिखराचे नाव ठेवले 'पिक १५' पुढे १८५६ मध्ये अँडू स्कॉट वॉ यांनी 'पिक १५' या शिखराची उंची ८८४० मीटर्स (२९००२) फूट असल्याचा निष्कर्ष जाहीर केला. लेफ्टनंट जॉर्ज एव्हरेस्ट यांच्या कार्याचे कायमचे स्मरण रहावे म्हणून 'पिक १५' चे नामकरण एव्हरेस्ट म्हणून केले. सद्यस्थितीत असे घडले नसते. हा आहे एव्हरेस्टचा इतिहास. तिबेटी माउंट एव्हरेस्टला "चोमोलुग्मा" (जगन माता) म्हणून तर नेपाळी त्यास सगरमाथा (आकाश देवता) म्हणून ओळखतात. असे हे जगातील सर्वात उंच शिखर सर करण्यासाठी साहसी गिर्यारोहक पुढे सरसावले. १९२१ची पहिली ब्रिटिश मोहीम एव्हरेस्ट सर करण्यात अयशस्वी ठरली. यानंतर झालेल्या दहाच्यावर मोहीमा पण अयशस्वी झाल्या तो पर्यंत १३ गिर्यारोहकांना आपले प्राण गमवावे लागले होते. जून १९२४ च्या ब्रिटिश मोहीमेतील दोन गिर्यारोहक जॉर्ज मेलोरी आणि अँण्ड्रयू यांनी अँड्एव्हरेस्टवर चढाईचा प्रयत्न केला. ते जवळजवळ एव्हरेस्टवर पोहोचले होते. परंतु खराब हवामानामुळे त्यांना आपले प्राण गमवावे लागले. जॉर्ज मेलोरी

यांचा मृतदेह ७५ वर्षांनंतर सापडला. परंतु त्यांच्याजवळ डायरी किंवा कॅमेरा न सापडल्याने ते एव्हरेस्टवर गेले होते का नाही हे रहस्यच राहिले. अखेर २९ मे १९५३ या दिवशी सर एडमंड हिलरी (न्यूझीलंड) आणि तेनसिंग नोर्गे (नेपाळ) हे एव्हरेस्टवर पदार्पण करणारे पहिले वीर ठरले. दक्षिणपूर्व धारेवरून त्यांनी माऊंट एव्हरेस्ट गाठले होते. एव्हरेस्टवरील पहिल्या यशस्वी चढाईपासून गेल्या साठ वर्षांत डिसेंबर २०१२ अखेरपर्यंत ६५८७ मोहिमांत ४२१५ जणांनी भाग घेतला आहे. एकूण २३२ जण एव्हरेस्ट मोहिमेत मरण पावले. एव्हरेस्टवर जाणारी पहिली महिला आहे जपानी गिर्यारोहक जुंको ताबई. हिने १६ मे १९७५ या दिवशी एव्हरेस्ट सर केले. सर्वात लहान वयाचा, सर्वात जास्त वयाचा अशा निरनिराळ्या विक्रमांची नोंद इतिहासाने घेतली आहे. २४ सप्टेंबर १९७५ ला ख्रिस बॉनिंग्टन यांच्या नेतृत्वाखाली स्कॉट आणि हैस्टल यांनी दक्षिण-पश्चिम धारेवरून एव्हरेस्ट सर केले. एका बाजूने चढाई आणि दुसऱ्या बाजूने उतरण्याचा यशस्वी प्रयत्न नॉर्मन डायहेरेनफुर्थ यांनी १९६३ मध्ये केला. याच मोहीमेत नवांग गोम्बु होते. भारताची पहिली एव्हरेस्ट मोहीम ब्रिगेडिअर ग्यानसिंग यांच्या नेतृत्वात १९६० मध्ये झाली. पण खराब हवामानामुळे केवळ २९३ मीटर इतके अंतर राहिले असतांना परत फिरावे लागले. भारताची पहिली यशस्वी एव्हरेस्ट मोहीम १९६५ मध्ये कॅप्टन मोहनसिंग कोहली यांच्या नेतृत्वाखाली पार पडली आणि एकाच मोहिमेतील नऊ सदस्य एव्हरेस्टवर गेले. नवांग गोम्बु दुसऱ्यांदा एव्हरेस्टवर गेले. जगातील सर्वात लहान गिर्यारोहक ठरला तो आंगकामी. १२ मे १९७८ या दिवशी रेनॉल्ड मेसनर आणि पीटर हवलरयांनी कृत्रिम प्राणवायूशिवाय एव्हरेस्ट सर केले. गिर्यारोहण मोहिमेत किमान सदस्य असावेत हा संकेत. १९७५ मध्ये ४१० जणांच्या चिनी तुकडीने एव्हरेस्टकडे कूच केले आणि एक नवा विक्रम नोंदविला. २० ऑगस्ट १९८० या दिवशी राइनहोल्ड मेसनर यांनी एकट्याने कृत्रिम प्राणवायू शिवाय उत्तरेकडून एव्हरेस्ट सर केले. ही पहिली एकाकी (सोलो) मोहीम. एव्हरेस्ट मोहिमा मे ते सप्टेंबर याच काळात काढाव्या, हा संकेत. पण यास छेद दिला तो हिवाळ्यात १७ फेब्रुवारी १९८० ला एव्हरेस्ट सर करून ख्रिस्तोफर वायलिकी या पोलिश गिर्यारोहकानी. बचेंद्री पाल या भारतीय महिलेने २३ मे १९८४ ला एव्हरेस्ट सर करून ती पहिली भारतीय, तर जगातील पाचवी महिला एव्हरेस्टवीर ठरली. संतोष यादव या भारत तिबेट सीमा पोलिस दलातील भारतीय महिलेने १९९२ आणि

१९९३ असे लागोपाठ दोन वेळा एव्हरेस्ट सर करणारी जगातील पहिली महिला म्हणून मान मिळविला. जगातील सर्वोच्च ८४४८ मीटर उंचीचे एव्हरेस्ट शिखर सर करण्याची कामगिरी भारताच्या तीन महिला सदस्यांच्या तुकडीने केली, त्यातील २३ वर्षाच्या संतोष यादवने हे शिखर दुसऱ्यांदा सर करणारी पहिली महिला होण्याचा मान मिळविला. ऑलिसन हारग्रेव्हज या अमेरिकन महिलेने दक्षिण-पूर्व मागनि १९ सप्टेंबर १९८८ या दिवशी एकटीने (सोलो) एव्हरेस्ट सर करून पहिली महिला सोलो गिर्यारोहक होण्याचा मान संपादला. १८ मे १९९३ ला बचेंद्री पालच्या नेतृत्वाखाली पहिल्या भारतीय महिला मोहिमेने सात मुलींसह अठरा गिर्यारोहकांना एव्हरेस्ट पादाक्रांत करण्याचा मान मिळवून देतांना नवा जागतिक विक्रम नोंदविला. लाख्या शेर्पा ही नेपाळी महिला १८ मे २००० रोजी दक्षिण-पूर्व मागनि तर २३ मे २००१ ला उत्तर बाजूने एव्हरेस्ट वर चढाई केली. अंगरिका शेर्पा या नेपाळी गिर्यारोहकाने दहा वेळा कृत्रिम प्राणवायू विना एव्हरेस्ट सर केले. १९४७ मध्ये जन्मलेला अंगरिका शेर्पा १९८३-८४, १९८५, १९८७, १९८८, १९९०, १९९२, १९९३, १९९५ आणि १९९६ असा दहा वेळा एव्हरेस्टवर गेला. शम्बु तामांग हा नेपाळी गिर्यारोहक १९७३ मध्ये वयाच्या १६ व्या वर्षी एव्हरेस्ट सर करणारा सर्वात लहान गिर्यारोहक ठरला असता. परंतु त्याचे प्रत्यक्ष वय १८ वर्षे असल्याने हा मान २२ मे २००१ या दिवशी एव्हरेस्ट सर करून तेंबाछिरी शेर्पा ह्या इयत्ता आठवीतील १६ वर्षांचा मुलगा जगातील सर्वात लहान गिर्यारोहक ठरला. शेरमन बूल यांनी वयाच्या ६४ व्या वर्षी एव्हरेस्ट सर केले. त्यांचा वयस्कर गिर्यारोहक हा विक्रम २००२ मध्ये जपानच्या तोमीयासू इशिकावा यांनी वयाच्या ६५व्या वर्षी एव्हरेस्ट सर केले आणि मोडला. त्यांचा हा विक्रम २४ मे २००४ ला मारिओ कर्निस या इटालियन गिर्यारोहकाने ६६ व्या वर्षी एव्हरेस्ट सर करून एक नवा विक्रम नोंदविला. जेष्ठ पुरुषांप्रमाणेच तमाई वातानावे या जपानी महिलेने एव्हरेस्ट सर केले ते वयाच्या ६३ व्या वर्षी. स्लोव्हेनियाचे श्री. ऑंडरेज आणि सौ. मरिजा स्ट्रेमफेल्ज या जोडप्याने ७ ऑक्टोबर १९९० ला एव्हरेस्ट सर केले. वडिलांनंतर मुलगा पीटर हिलरी सर एडमंड हिलरींचा मुलगा १० मे १९९० मध्ये एव्हरेस्टवर गेला, तर तेनसिंग नोर्गे यांचा मुलगा जॅमलिंग तेनसिंग नोर्गेने १९९६ मध्ये एव्हरेस्ट सर केले. पिता पुत्र आणि नातू अशा तीन पिढ्यांचे गिर्यारोहक ठरले. ते एव्हरेस्टवर प्रथम चढाई करणारे सर एडमंड हिलरी आणि तेनसिंग नोर्गे यांच्या मुलांनी आणि नातवांनी

एव्हरेस्ट सर करून तीन पिढ्यांचा प्रवास पूर्ण केला. पिता-पुत्रानी एकाच वेळी एकत्र एव्हरेस्ट सर केले ते २५ सप्टेंबर १९९२ ला. अल्बर्टो आणि फेलिक्स इन्यूराटेगाय या बंधूंनी एव्हरेस्ट सर केले ते २५ मे २००१ ला, एरिक वायहेन मेयर हा अंध गिर्यारोहक एव्हरेस्ट वर गेला. सर्वात कमी वेळात एव्हरेस्ट चढाई बाबू छिरी शेर्पा याने १६ तास ५६ मिनिटात दक्षिण मार्गानि २१ मे २००१ ला एव्हरेस्ट सर केले. कृत्रिम प्राणवायूशिवाय साडे एकवीस तास थांबण्याचा विक्रम बाबूच्या नावे आहे. टेन्स कामर लँडर या इटालियन गिर्यारोहकाने २४ मे १९९६ ला बेसकॅंप पासून उत्तरमार्गानि १६ तास ४५ मिनिटात एव्हरेस्ट गाठले. कुशांग शेर्पा हा एव्हरेस्टवर चारही बाजूने चढणारा एकमेव गिर्यारोहक आहे.अपा शेर्पा याने १६ मे २००२ या दिवशी १२ व्यांदा एव्हरेस्ट सर केले. त्यादिवशी एकूण ५४ जण एव्हरेस्ट वर चढले होते आणि यात होता तेनसिंग नोर्गे यांचा नातू ताशी वांगचूक. अपा शेर्पा सतत विक्रम करीतच होता. २१ मे २००९ या दिवशी अपाशेर्पा यानी १९ व्यांदा एव्हरेस्ट सर केले. आणि आपलाच १८ वेळा एव्हरेस्टवर २७ व्या वर्षी एव्हरेस्ट चढले. आणि आपल्या असाध्य रोगावर मात करण्याची जिद्द जगास दाखविली. महाराष्ट्राच्या दृष्टीने दुर्दैवाची घटना १९९२ मध्ये डॉ. कुलकर्णी यांच्या नेतृत्वाखाली एव्हरेस्टवरील पहिली नागरी मोहीम यशस्वी होऊ शकली नाही. डॉ. कुलकर्णी या उत्तम गिर्यारोहकास आपण या मोहिमेत गमावून बसलो. आंध्र प्रदेशातील नेल्लोरचा रहिवाशी मल्ली मस्तान बाबू यांनी १७२ दिवसात जगातील सात खंडातील सर्वाधिक उंचीची पर्वत शिखरे पादाक्रांत करण्याचा जागतिक विक्रम केला. यापूर्वी न्युझीलंडच्या रॉब हॉल यांनी २०० दिवसात ही शिखरे गाठली होती. बाबू हा आय.आय.टी खरकपूर आणि आय.आय.एम कोलकत्ताचा विध्यार्थी. ३१ मार्च २०१५ ला चिली-अर्जेंटिना सीमेवरील ट्रेस क्रुसेस वरील चढाईत बेपत्ता झाला आहे. काठमांडूच्या ८१ वर्षीय मिन बहादूर शेरचान आणि जपानच्या ८० वर्षाचे युईचिरो मियुरा हे दोघं एव्हरेस्ट शिखर सर करायला निघाले होते. त्यातील युईचिरो मियुरा यांनी एव्हरेस्ट सर केले आहे. तर मिन बहादूर शेरचान याचे बेस कॅंपवर निधन झाले. या दोघांनी वयाच्या १७ व्या वर्षी एव्हरेस्ट मोहीम यशस्वीपणे पूर्ण केली होती. हीरक महोत्सवाची सांगता होताना या जोडीने एव्हरेस्ट सर केले आहे. असाच एक विक्रम केला आहे तो अरुणीमा सिन्हा या शारीरिक अपंग महिलेने. गुंडांनी चालत्या रेल्वेतून फेकल्याने एक पाय गमावला

तर दुसऱ्या पायात दोन स्टिल रॉड घातले आहेत. बचेंद्री पाल यांच्याकडून गिर्यारोहणाचे प्रशिक्षण घेतलेल्या अरुणीमा ने २१ मे २०१३ या दिवशी सकाळी १०.५५ वाजता सतरा तासांच्या अथक चढाई नंतर एव्हरेस्टवर भारतीय तिरंगा फडकावून एका आगळ्या वेगळा विक्रमाची नोंद केली ती पहिली अपंग महिला एव्हरेस्टवीर म्हणून.

७. दुर्ग दिन

पुण्यातील गिरिप्रेमी या गिर्यारोहण संस्थेच्या सदस्यांनी कांचनजुंगा भारतातील सर्वोच्च हिमशिखरावर तिरंगा फडकावून कांचनजुंगाची मोहीम फत्ते केली. पुण्याच्या गिर्यारोहण इतिहासात आणखी एक सुवर्णपुष्प गुंफले. याआधी त्यांनी एव्हरेस्टवर भारताचा तिरंगा फडकावला आहे. पुण्यात अनेक गिर्यारोहण संस्था कार्यरत आहेत. महाराष्ट्रातील गडांवर आणि हिमालयात या संस्था नियमितपणे साहस सहली आणि मोहिमा काढतात. त्यामुळे अनेक युवक, युवती, बाल आणि ज्येष्ठांमध्ये हिमालयात भ्रमंती करण्याची आवड निर्माण झाली आहे. त्याची पूर्व तयारी म्हणजे सह्याद्रीत नियमितपणे भटकंती करणे. ही आहे आजची गिर्यारोहण या साहसी क्रीडा प्रकाराची वाटचाल. हा छंद लोकप्रिय होण्यास अनेकांचे योगदान आहे. पुण्यात १९६३ साली भारत आऊटवर्ड बाउंड पायोनिअर्स ही संस्था उभी राहिली ती कै. दा. रा. गोळे, कै. डॉ. बापूकाका पटवर्धन, कै. ना. कृ. तथा आबासाहेब महाजन आणि कै. प्रकाश गोळे. यांच्यामुळे अनेकजण या साहसी क्रीडाप्रकाराकडे आकृष्ट झाले. सह्याद्री तसेच हिमालयात साहस सहलींचे आयोजन, गिर्यारोहणाच्या शास्त्रशुध्द प्रशिक्षणासाठी मनाली, उत्तरकाशी आणि दार्जिलिंग या ठिकाणी अनेकांना जाण्यास प्रोत्साहित केले. याच काळात आणखी एक गड कोट प्रेमी या छंदाचा प्रसार करीत होती. ती व्यक्ती होती गोनीदां - कै. गोपाळ नीलकंठ

दुर्गमहर्षी गो. नी. तथा अप्पासाहेब दांडेकर

तथा अप्पासाहेब दांडेकर. कै अप्पांना इतिहासाची आवड, इतिहासाचा गाढा अभ्यास आणि किल्ल्यांवर भटकंतीची हौस होती. आपल्या बरोबर इतरांना गडांवर नेण्यात त्यांना आनंद मिळत होता. महाराष्ट्रात या क्रीडाप्रकाराची आवड निर्माण करण्यात कै. अप्पांचे योगदान फार मोठे आहे. त्यांच्या गडांशी जोडलेल्या अतूट नात्यामुळे अप्पांचा स्मरण दिवस १ जून हा 'दुर्ग दिन' म्हणून साजरा करण्याचे दुर्गप्रेमींनी ठरविले आणि गेली वीस वर्षं दुर्ग दिन साजरा केला जात आहे. यंदाचे हे एकविसावे वर्ष आहे. महाराष्ट्रात अनेक दुर्ग आहेत त्यांची सद्यस्थिती चिंताजनक आहे. किल्ले जतनासाठी तेथील स्थानिक जनतेच्या सहाय्याने आता दुर्गप्रेमींनी एकत्र येऊन हे काम हाती घ्यावे. हेच खरे योगदान ठरेल दुर्ग दिनास. वेळीच उपाययोजना केली नाही तर हा अमूल्य ठेवा काळाच्या उदरात केंव्हा आणि कसा गडप होईल ते कळणारच नाही. यानिमित्त दुर्गप्रेमींनी एकत्र येऊन शासनाकडे दत्तक किल्ले या संकल्पनेचा पाठपुरावा करावा.

८. आंतरराष्ट्रीय पर्वतीय वर्ष

संयुक्त राष्ट्र संघ आणि तिच्या संलग्न संस्था जागतिक सामंजस्यासाठी दिवस, आठवडे, वर्ष आणि दशक जाहीर करतात. वर्षातील जाहीर केलेले दिवस विशेष कामासाठी, ध्येयासाठी दर वर्षी साजरे होतात. उदाहरण द्यायचे झाले तर ८ मार्च हा आंतरराष्ट्रीय महिला दिन, २३ मार्च हा आंतरराष्ट्रीय हवामान शास्त्र दिन, ७ एप्रिल जागतिक आरोग्य दिन, ५ जून हा जागतिक पर्यावरण दिन म्हणून जगभर साजरे केले जातात. जागतिक दिनांप्रमाणे जागतिक वर्ष ही ठराविक कारणाने जाहीर केली जातात. प्रथम २०२० पर्यंत ५० वेळा निरनिराळ्या कारणांसाठी आंतरराष्ट्रीय जागतिक वर्ष साजरी झाली त्यात सहकार पर्यटन, मानवी हक्क, शिक्षण, लोकसंख्या, बालक, अपंग, युवक कुटुंब, कृषी, रसायन, इत्यादींसाठी ही वर्ष जाहीर झाली होती आणि साजरी केली गेली. यात संयुक्त राष्ट्र संघाबरोबर तिच्या संलग्न संस्था, युनिसेफ, युनेस्को, विश्व स्वास्थ संघटन, अन्न आणि कृषी संघटन यांचा कार्यक्रम आखणी, नियोजन आणि त्याची अंमलबजावणी करणे यात महत्त्वाचा वाटा आहे. किंबहुना अंमलबजावणीत त्यांची मुख्य भूमिका आहे. अन्न आणि कृषी संघटनेने २००२ हे वर्ष पर्वतीय वर्ष म्हणून साजरे करण्याचे जाहीर केले आहे.

पर्वत जरी दिसण्यात भव्य असले तरी पर्यावरणाच्या दृष्टीने अति नाजूक

आहेत. पर्वतावरील माती आणि वनस्पती यांचा झपाट्याने होणाऱ्या आणि कदाचित कायमस्वरूपी ऱ्हासास तेथील उपलब्ध नैसर्गिक साधनसंपतीचा अनिर्बंध वापरच कारणीभूत आहे. अशा या पर्वतांच्या नैसर्गिक ऱ्हासाचा परिणाम जगातील जवळजवळ निम्म्या लोकसंख्येवर होत आहे. ज्यात सपाटीवर आणि उंचीवर राहणाऱ्यांचा समावेश आहे. पर्वतांच्या आधारभूत विकासाबद्दलची जाणीव जनतेस करून देण्यासाठी संयुक्त राष्ट्र संघाने २००२ हे वर्ष आंतरराष्ट्रीय पर्वतीय वर्ष म्हणून जाहीर केले आहे आणि त्याच्या अंमलबजावणीची जबाबदारी अन्न आणि कृषी संघटनेवर सोपवली आहे.

पर्वत जगातील पाण्याचे स्रोत गोड्या पाण्याची वाढती मागणी पुरविण्यासाठी पर्वतांचा विकास हा अति महत्त्वाचा विषय असल्याचे मत अन्न आणि कृषी संघटनेच्या वनसंरक्षण संशोधन आणि शिक्षण सेवा विभागाचे प्रमुख मिचेलसन यांनी मांडले आहे. संशोधनाने असे दिसून येते की, पर्वत हे जवळजवळ ३० ते ६० टक्के वाहते पाणी दमट विभागात, तर ७० ते ९९ टक्के अंशत: ते रखरखीत कोरड्या भागास पुरवितात. हे पाणी केवळ पिण्यासाठी व घरगुती वापराशिवाय शेती, उद्योग आणि अन्न निर्मितीसाठी वापरात येते.

आंतरराष्ट्रीय पर्वतीय वर्ष साजरे करताना पर्वतीय पाण्याचे काळजीपूर्वक सुनियोजित व्यवस्थापन जागतिक शांततेच्या दृष्टीने किती महत्वाचे आहे हे लक्षात येईल. पर्वतीय पर्यावरणाच्या ऱ्हासामुळे जगातील जीवांना विविध प्रकारचा व अन्न सुरक्षेस केवढा धोका निर्माण झाला आहे. पर्वतांमध्ये वनस्पती आणि प्राणी यांचा अगणित असा खजिना आहे. पर्वतांचा आधारभूत विकास म्हणजे केवळ पर्वतावरील नैसर्गिक साधनसंपत्तीच्याच नव्हे तर तिथे वास्तव्य करणाऱ्या जनतेचा पण विकास आहे. जनतेच्या सांस्कृतिक वारशाचे जतन केवळ प्रगत समाजापासून दूर आणि सहजासहजी संपर्क न साधता येणे यामुळे झाले आहे. परंतु सध्याच्या बदलत्या काळात पर्वतातील साधनसंपत्तीच्या विकासाचा रेटा, जागतिक स्तरावरचे दळणवळण लक्षात घेता पर्वतातील जनता फार काळ मुख्य प्रवाहापासून दूर राहू शकत नाही. या विकासामुळे आर्थिक लाभाची संधी मिळत असली तरी त्याचा पर्वतीय रहिवाशांच्या सांस्कृतिक आणि सामाजिक स्वरूपास धोका निर्माण झाला आहे. म्हणूनच मिचेलसनचा जोर आंतरराष्ट्रीय पर्वत वर्षाचा हेतू पर्वतीय जनतेच्या सांस्कृतिक वारशांचे जतन करणे हा आहे. सरकारचे लक्ष पर्वतांच्या विकासाचे

सामाजिक आणि आर्थिक फायद्यांकडे वेधणे, पर्वतांचे जतन आणि त्याच्या आधारभूत विकासासाठी राजकीत बांधिलकी ही आंतरराष्ट्रीय व राष्ट्रीय स्तरावर हवी. पर्वतावरील रहिवाशांना अंशत: मालकी आणि नैसर्गिक संपदेवर नियंत्रण असल्याचे लक्षात येताच त्यांच्या जोपासनेसाठी त्यांच्याकडून प्रयास होतील. स्थानिक संपदेच्या व्यवस्थापनाबद्दल निर्णय घेण्यात महत्वाचा वाटा पर्वतीय रहिवाशांना कसा देता येईल यावर सरकारला उत्तेजन देण्यास आंतरराष्ट्रीय पर्वतीय वर्ष महत्वाची भूमिका बजावू शकते. संयुक्त राष्ट्र संघाच्या पर्वतातील जीवसृष्टीचे संरक्षण करण्याची बांधिलकीच जणू आंतरराष्ट्रीय पर्वत वर्ष बजावत आहे. आधारभूत पर्वतीय विकास हा अजेंडा २१ मधील १३ व्या भागाचा केंद्रबिंदूच आहे आणि १९९२ मधील संयुक्त राष्ट्र संघाच्या पर्यावरण आणि विकास परिषदेत चर्चिलेल्या कृती योजनेतून साकार झाला आहे. या तेराव्या भागाचा कार्यकारी व्यवस्थापक म्हणून अन्न आणि कृषी संघटनेची नियुक्ती झाल्यानंतर १९९४ मध्ये पर्वतांसाठी प्रातिनिधिक गटाची स्थापना केली. हा गट संयुक्त राष्ट्र संघ आणि संलग्न संस्था, बिगर सरकारी संस्था, संशोधन केंद्रे आणि इतर संघटना यांच्या सहकार्याने अन्न आणि कृषी संघटनेस मार्गदर्शन आणि पाठिंबा देऊन आंतरराष्ट्रीय पर्वत वर्ष साजरे करण्याची महत्त्वाची मध्यवर्ती भूमिका बजावण्यास मदत करील.

पर्वत वर्षाचे महत्त्वाचे कार्यक्रम

आंतरराष्ट्रीय पर्वतीय वर्ष २००२ ची अधिकृत घोषणा ११ डिसेंबर २००१ ला न्यूयॉर्क, अमेरिका येथे झाली. पर्वतीय मुलांवर आंतरराष्ट्रीय परिषद वसंत ऋतुत उत्तरांचल येथे ६ मे ते १० मे २००२ ला होणार. जगभरातील ५० च्या वर देशातील मुले एकत्र येऊन भविष्याची जडणघडण यावर चर्चा.

- ➤ २६ मे ते ३१ मे २००२ काठमांडू नेपाळ येथे पर्वतीय महिला परिषद.
- ➤ सप्टेंबर २००२ जोहान्सबर्ग, दक्षिण आफ्रिका येथे आधारभूत विकास जागतिक परिषद.
- ➤ २० ते २४ सप्टेंबर २००२ क्यूटो इक्वाडोअर पर्वतीय लोकसंख्या दुसरी जागतिक बैठक.
- ➤ २७ ऑक्टोबर ते ३ नोव्हेंबर २००२ बान्फ नॅशनल पार्क, कॅनडा येथे पर्वतीय शिखर परिषद.

➤ २६ ऑक्टोबर ते १ नोव्हेंबर २००२ बिशकेक कर्गीस्थान येथे जागतिक पर्वतीय शिखर परिषद.

या आंतरराष्ट्रीय कार्यक्रमाबरोबरच राष्ट्रीय स्तरावरील कार्यक्रमाची आखणी निरनिराळ्या देशात सुरू आहे आणि पस्तीसच्या वर देशात राष्ट्रीय समित्या स्थापन झाल्या आहेत.

९. आंतरराष्ट्रीय पर्वतीय दिन

संयुक्त राष्ट्र संघ आणि तिच्या संलग्न संस्था जागतिक सामंजस्यासाठी दिवस, आठवडे, वर्ष आणि दशक जाहीर करतात. वर्षांतील जाहीर केलेले दिवस विशेष कामासाठी, ध्येयासाठी दर वर्षी साजरे होतात. ११ डिसेंबर हा दिवस 'आंतरराष्ट्रीय पर्वतीय दिन' म्हणून साजरा केला जातो. २०२३ या वर्षीच्या दिनाचा विषय आहे, पर्वतीय परिसंस्थेची पुनर्स्थापना (रिस्टोअरिंग माऊंटन इकोसिस्टीम) हा दिवस प्रथम साजरा झाला तो ११ डिसेंबर २००३ रोजी. त्याचे कारण होते अन्न आणि कृषी संघटनेने २००२ हे वर्ष पर्वतीय वर्ष म्हणून साजरे करण्याचे जाहीर केले होते. पर्वत जरी दिसण्यात भव्य असले तरी पर्यावरणाच्या दृष्टीने अति नाजूक आहेत. पर्वतावरील माती आणि वनस्पती यांचा झपाट्याने होणाऱ्या आणि कदाचित कायमस्वरुपी ऱ्हासास तेथील उपलब्ध नैसर्गिक साधनसंपत्तीचा अनिर्बंध वापरच कारणीभूत आहे. अशा या पर्वतांच्या नैसर्गिक ऱ्हासाचा परिणाम जगातील जवळजवळ निम्म्या लोकसंख्येवर होत आहे. ज्यात सपाटीवर आणि उंचीवर राहणाऱ्यांचा समावेश आहे. पर्वतांच्या आधारभूत विकासाबद्दलची जाणीव जनतेस करुन देण्यासाठी संयुक्त राष्ट्र संघाने २००३ पासून ११ डिसेंबर हा आंतरराष्ट्रीय पर्वतीय दिन म्हणून साजरा करण्याचे जाहीर केले आहे आणि त्याच्या अंमलबजावणीची जबाबदारी अन्न आणि कृषी संघटनेवर सोपवली आहे.

पर्वत जगातील पाण्याचे स्रोत गोड्या पाण्याची वाढती मागणी पुरविण्यासाठी पर्वतांचा विकास हा अती महत्त्वाचा विषय असल्याचे अन्न आणि कृषी संघटनेच्या वनसंरक्षण संशोधन आणि शिक्षण सेवा विभागाचे प्रमुख मिचेलसन यांचे मत आहे. संशोधनाने असे दिसून येते की, पर्वत हे जवळजवळ ३० ते ६० टक्के वाहते पाणी दमट विभागात तर ७० ते ९९ टक्के अंशतः ते रखरखीत कोरड्या भागास पुरवितात. हे पाणी केवळ पिण्यासाठी व घरगुती वापराशिवाय शेती, उद्योग आणि अन्न निर्मितीसाठी वापरात येते. आंतरराष्ट्रीय पर्वतीय दिन साजरे करताना पर्वतीय पाण्याचे काळजीपूर्वक सुनियोजित व्यवस्थापन जागतिक शांततेच्या दृष्टीने किती महत्त्वाचे आहे हे लक्षात येईल. पर्वतीय पर्यावरणाच्या ऱ्हासामुळे जगातील जीवांना विविध प्रकारचा व अन्न सुरक्षेस केवढा धोका निर्माण झाला आहे. पर्वतांमध्ये वनस्पती आणि प्राणी यांचा अगणित असा खजिना आहे. पर्वतांचा आधारभूत विकास म्हणजे केवळ पर्वतावरील नैसर्गिक साधनसंपत्तीच्याच नव्हे तर तिथे वास्तव्य करणाऱ्या जनतेचा पण विकास आहे. जनतेच्या सांस्कृतिक वारशाचे जतन केवळ प्रगत समाजापासून दूर आणि सहजासहजी संपर्क न साधता येणे यामुळे झाले आहे. परंतु सध्याच्या बदलत्या काळात पर्वतातील साधनसंपत्तीच्या विकासाचा रेटा, जागतिक स्तरावरचे दळणवळण लक्षात घेता पर्वतातील जनता फार काळ मुख्य प्रवाहापासून दूर राहू शकत नाही. या विकासामुळे आर्थिक लाभाची संधी मिळत असली तरी त्याचा पर्वतीय रहिवाशांच्या सांस्कृतिक आणि सामाजिक स्वरुपास धोका निर्माण झाला आहे. म्हणूनच मिचेलसनचा जोर आंतरराष्ट्रीय पर्वत दिनाचा हेतू पर्वतीय जनतेच्या सांस्कृतिक वारशांचे जतन करणे हा आहे. सरकारचे लक्ष पर्वतांच्या विकासाचे सामाजिक आणि आर्थिक फायद्यांकडे वेधणे, पर्वतांचे जतन आणि त्याच्या आधारभूत विकासासाठी राजकीत बांधिलकी ही आंतरराष्ट्रीय व राष्ट्रीय स्तरावर हवी. पर्वतावरील रहिवाशांना अंशतः मालकी आणि नैसर्गिक संपदेवर नियंत्रण असल्याचे लक्षात येताच त्यांच्या जोपासनेसाठी त्यांच्याकडून प्रयास होतील. स्थानिक संपदेच्या व्यवस्थापनाबद्दल निर्णय घेण्यात महत्त्वाचा वाटा पर्वतीय रहिवाशांना कसा देता येईल यावर सरकारला उत्तेजन देण्यास आंतरराष्ट्रीय पर्वतीय दिन महत्त्वाची भूमिका बजावू शकते संयुक्त राष्ट्र संघाच्या पर्वतातील जीवसृष्टीचे संरक्षण करण्याची बांधिलकीच जणू आंतरराष्ट्रीय पर्वतीय दिन बजावत आहे. आधारभूत पर्वतीय विकास हा अजेंडा २१ मधील

१३ व्या भागाचा केंद्रबिंदूच आहे आणि १९९२ मधील संयुक्त राष्ट्र संघाच्या पर्यावरण आणि विकास परिषदेत चर्चिलेल्या कृती योजनेतून साकार झाला आहे. या तेराव्या भागाचा कार्यकारी व्यवस्थापक म्हणून अन्न आणि कृषी संघटनेची नियुक्ती झाल्यानंतर १९९४ मध्ये पर्वतांसाठी प्रातिनिधिक गटाची स्थापना केली. हा गट संयुक्त राष्ट्र संघ आणि संलग्न संस्था, बिगर सरकारी संस्था, संशोधन केंद्रे आणि इतर संघटना यांच्या सहकार्याने अन्न आणि कृषी संघटनेस मार्गदर्शन आणि पाठिंबा देऊन आंतरराष्ट्रीय पर्वतीय दिन साजरे करण्याची महत्त्वाची मध्यवर्ती भूमिका बजावण्यास मदत करेल.

१०. गिरिमित्र संमेलन

मुलुंड येथे दरवर्षी जुलै महिन्यात गिरिमित्र संमेलन होते. यावर्षी २०२० मध्ये कोरोना आणि लॉक डाऊनमुळे १९ वे संमेलन झाले नाही, त्याची रुखरुख गिर्यारोहकांना लागली आहे. गेली १८ वर्षे हा उपक्रम मुलुंड येथे होत आहे. उपक्रम सुरू करणं फार सोपं असतं, पण तो सातत्याने चालू ठेवणे आणि त्यास वाढता प्रतिसाद मिळणे यासाठी आयोजकांनी, 'महाराष्ट्र सेवा संघ मुलुंड' यांनी केलेले परिश्रम अभिनंदनीय आहेत. मुलुंडमधील काही होतकरू हौशी तरुणाईने एकत्र येऊन सन १४ ऑक्टोबर १९३७ मधील विजयादशमीच्या शुभ मुहूर्तावर सामाजिक आणि सांस्कृतिक कार्याचे एक रोपटे लावले, 'महाराष्ट्र सेवा संघ!' आपले धार्मिक उत्सव साजरे करणे, प्रत्येकाच्या अन्य कार्यातील अडचणी दूर करणे व सर्वांना एकत्र आणणे, असे साधे उद्दिष्ट ही संस्था स्थापन करताना होते. हळुहळू कार्यकर्ते वाढू लागले तसे नवनवीन उपक्रमांची भर पडू लागली. आज महाराष्ट्र सेवा संघ ही सांस्कृतिक सामाजिक व कला क्षेत्रातील आघाडीची संस्था म्हणून ओळखली जात आहे. भव्य आणि सुसज्ज असे ग्रंथालय, साहित्य, नाटक व संगीत विषयक कार्यक्रमांची रेलचेल, विज्ञान विषयक कार्यक्रम, गिरीमित्र संमेलन, व्याख्यानमाला, आरोग्य शिबिर आणि अर्थविषयक कार्यक्रम असे उपक्रम महाराष्ट्र सेवा संघातर्फे मोठ्या उत्साहात यशस्वीपणे राबविले जात आहेत. गिरीमित्र संमेलन म्हणजे डोंगर

भटक्यांचे हक्काचे व्यासपीठ. महाराष्ट्र सेवा संघाने २००१ ला सुरू केलेला हा उपक्रम आज गिर्यारोहकात लोकप्रिय झाला आहे. देशातील डोंगर भटक्यांबरोबर विदेशी गिर्यारोहक हजेरी लावत आहेत. संमेलनात वेगवेगळी सादरीकरणे, गिर्यारोहणावरील माहितीपट, चित्रपट, परिसंवाद, प्रश्नमंजुषा, छायाचित्र आणि फिल्म स्पर्धा असा भरगच्च कार्यक्रम असलेले हे संमेलन. यास अनेक नामवंत गिर्यारोहकांनी उपस्थित राहून संमेलनास शोभा आणली आहे. दरवर्षी जुलैच्या दुसऱ्या आठवड्यात मुलुंड येथे होणाऱ्या या स्नेहमेळाव्याची वाट सर्वच डोंगर भटके आतुरतेने पाहत असतात हेच या उपक्रमाचे यश आहे.

महाराष्ट्राला गिर्यारोहणाची सहा दशकाची प्रदीर्घ अशी झळाळती परंपरा लाभली आहे. या काळात महाराष्ट्रातील गिर्यारोहकांनी अनेक उत्तुंग अशा भराऱ्या घेतल्या आहेत. २०० हून जास्त हिमालयीन मोहिमा, त्यात एव्हरेस्ट कांजनजुंगा यावरील यशस्वी मोहिमा आणि हजाराच्या वर प्रस्तरारोहण मोहिमांचा समावेश आहे. पदभ्रमणाच्या उपक्रमाची तर गणतीच नाही. हे करत असताना सामाजिक बांधिलकी जपत हे आगळेवेगळे संस्थात्मक कार्य सुरू आहे. या सर्व कार्याची नव्या पिढीस ओळख व्हावी व ज्येष्ठांचा सन्मान व्हावा या उदेशाने गिरिमित्र संमेलनाने, 'गिरिमित्र सन्मान' सुरू केले आहेत. यासाठी ज्येष्ठ व तज्ज्ञ गिर्यारोहकांची एक समिती निर्माण करून सन्मानाची व्याख्या, परिमाण, याबाबत विशेष नियमावली आखून त्यानुसार एका विशिष्ट कार्यपद्धतीत या समितीचे काम चालते. सर्व सन्मार्थींना मानचिन्ह व मानपत्र वार्षिक संमेलनात दिले जाते.

- ➢ गिरिमित्र जीवन गौरव (एक सन्मान) - संपूर्ण जीवन काळात गिर्यारोहण क्षेत्रासाठी मोलाचे योगदान.
- ➢ गिरीमित्र जीवन गौरव, मरणोत्तर (एक सन्मान) - संपूर्ण जीवन काळात गिर्यारोहण क्षेत्रासाठी मोलाचे योगदान.
- ➢ गिरिमित्र गिर्यारोहक (तीन सन्मान) - गिर्यारोहण क्षेत्राची वाढ, प्रसार व प्रगतीकरता हातभार लावणाऱ्या ज्येष्ठ गिर्यारोहकास.
- ➢ गिरिमित्र गिर्यारोहक, मरणोत्तर (एक सन्मान) - गिर्यारोहण क्षेत्राची वाढ, प्रसार व प्रगतीकरता हातभार लावणाऱ्या ज्येष्ठ गिर्यारोहकास.
- ➢ गिरिमित्र गिरिभ्रमण (एक सन्मान) - अनेक वर्षे संस्थात्मक जबाबदारी यशस्वीपणे पार पाडणाऱ्या गिर्यारोहकास.

➢ गिरिमित्र सामाजिक कार्य (एक सन्मान) - गिर्यारोहणाबरोबरच सामाजिक कार्यात बहुमूल्य योगदान देणाऱ्या संस्थेस अथवा व्यक्तीस.

➢ उत्कृष्ट गिर्यारोहक (एक सन्मान) - मागील वर्षात उत्कृष्ट कामगिरी केलेल्या गिर्यारोहकास.

➢ उत्कृष्ट प्रस्तरारोहक (एक सन्मान) - मागील वर्षातील नेत्रदीपक कामगिरी केलेल्या प्रस्तरारोहकास.

➢ गिरिमित्र शरद ओवळेकर विशेष सन्मान (एक सन्मान) गिर्यारोहण व आनुषंगिक क्षेत्रात नवीन कार्य करणाऱ्या संस्थेस किंवा व्यक्तीस.

सन्मानाचा आर्थिक भार महाराष्ट्रातील गिर्यारोहण संस्था करीत आहेत. त्यामुळे गिर्यारोहकांनी गिर्यारोहकांचे कौतुक करण्याची संस्कृती आपोआप जोपासली जात आहे. गिर्यारोहक अभिजित रणदिवे यांनी सर्व सन्मान मानचिन्हांचे आणि मानपत्राचे प्रारूप केले आहे.

संस्थेचा पत्ता :	महाराष्ट्र सेवा संघ,
	पंडित नेहरू मार्ग, म. से. संघ संयोग
	मुलुंड (पश्चिम) मुंबई
	४०० ०८०. महाराष्ट्र,
	दूरध्वनी : ०२२ २५६८१६३१.
विजियपत्र पत्ता :	mss_mulund@rediffmail.com
Web address :	mahasevasangh.org

११. अति उंचीवरील आजार : लक्षण व उपचार

गिर्यारोहणातील संकेतानुसार समुद्र सपाटीपासून आठ हजार फूट उंचीवरचा भाग म्हणजे 'हाय अल्टिटट्यूड' म्हणून ओळखला जातो. इतक्या उंचीवर गेल्यावर त्या उंचीचा मानवी शरिरावर दुष्परिणाम होतो आणि काही शारीरिक व्याधी, त्रास जाणवू लागतो. यात डोळे. डोके, हृदय, फुफ्फुस, पोट यावर उंचीचा, तेथील वातावरणाचा परिणाम होतो.

अती उंची कशाला म्हणायचे ?

अती उंची (हाय अल्टिटट्यूड) १५०० ते ३५०० मीटर (५००० ते ११,५०० फूट) जास्तीची अती उंची (व्हेरी हाय अल्टिटट्यूड) ३५०० ते ५५०० मीटर (११५०० ते १८००० फूट) यावरील टोकाची उंची ५५०० मीटरच्या वर (१८००० फुटाच्या वर). गिर्यारोहणात २५०० मीटरपर्यंत (८००० फूट) ची उंची फारशी धोकादायक नसल्याने ती विचारात घेतली जात नाही. यात काही शारीरिक बदल जाणवतात. जोराने श्वास घेणे, रात्री झोपेत जाग येणे, लघवीस वारंवार जावे लागणे. उंचीवर हवेतील प्राणवायूचे प्रमाण कमीकमी होत असल्याने वेगाने आणि खोलवर श्वास घ्यावा लागतो.

तीव्र पर्वतीय आजार :

ज्या उंचीवर सध्या तुम्ही आहात तेथील वातावरणाशी तुमच्या शरिराने जुळवून घेतले नसण्याची लक्षण आहेत डोकेदुखी सुरू होणे, त्याच बरोबर भूक मंदावणे, अन्नावरची वासना उडणे, मळमळणे, उलटी होत असल्याची भावना, अतिशय अशक्तपणा, थकवा आणि सभोवताल गरगर फिरत असण्याची भावना वारंवार होणे, झोप न लागणे. यासाठी त्या वातावरणाशी जुळवून घेऊन मगच पुढे जाणे हा उपाय आहे.

हाय अल्टिट्यूड सेरेब्रल इडेमा - मेंदूशी निगडित आजार/ व्याधी :

यासाठी सरळ रेषेत पावलापुढे पाऊल टाकत चालले असताना तोल जात असेल तर ही व्याधी जडल्याचे निदान होते व पुढील उपचारास खालच्या उंचीवर जाणे आवश्यक आहे.

हाय अल्टिट्यूड पल्मोनरी इडेमा - फुफ्फुसात पाणी होणे :

यात अतिशय थकवा, विश्रांतीच्या वेळी श्वसनक्रियेत व्यत्यय, वेगाने वा उथळ श्वासोच्छवास खोकल्यातून फेसाळ वा गुलाबी थुंकी, खंडित श्वसनक्रिया, छाती भरून येणे, दाटून येणे, नख, ओठ निळे पडणे, झापड येणे. अती उंचीवरील खोकला आणि श्वास नलिकेतील नळ्यांना सूज येणे, लघुश्वास नलिका दाह, सातत्याने होणारा खोकला व कफ, न्यूमोनिया, ताप येणे, खोकल्यातून हिरवा वा पिवळा कफ पडणे. दम्याचा त्रास होणे. ही लक्षणे दिसताच खालील तळावर जाणे हा आहे पहिला उपचार.

उपचार :

वरील त्रास जाणवू लागताच खालील तळावर जाणे. उंची कमी झाल्याने त्रास थोडा कमी होईल, कृत्रिम ऑक्सिजनचा वापर करणे, जवळच्या वैद्यकीय उपचार केंद्रात दाखल होणे. उपचारातील मुख्य घटक आहे तो विश्रांती, आहारात पातळ पदार्थांचा समावेश करणे. त्रास जास्त असेल तर औषधामध्ये ऑसिटामिनोफेन (पॅरासिटेमॉल), ऑस्पीरिन किंवा आयुबुप्रोफेनचा वापर करावा.

◼ लेखक परिचय

नाव	:	**श्री विजय गंगाधर देवधर**
जन्म	:	एप्रिल १९४३ (चैत्र शुक्ल अष्टमी शके १८६५)
जन्मस्थळ	:	इचलकरंजी (जिल्हा कोल्हापूर)
पत्ता	:	'गौरीशंकर'
		१४- गोवर्धन सोसायटी, वीर सावरकरनगर पुणे - ४११०३७.
दूरभाष	:	(०२०) २४२६४०३२, भ्रमणभाष - ८३०८८०५८९५
विजीयपत्र	:	deodharvg43@gmail.com, deodharvg@yahoo.co.in
पत्ता		
शिक्षण	:	बी.एस्सी.(ऑनर्स) १९६४, बी लिब एस्सी प्रथम श्रेणी विद्यापीठात प्रथम क्रमांकाने उत्तीर्ण १९६८.

शिकवण्याचा अनुभव :

१) प्रयोगशिक्षक रसायनशात्र विभाग सर परशुरामभाऊ कॉलेज पुणे एप्रिल १९६४ ते जून १९६७.

२) व्याख्याता ग्रंथालशास्त्र विभाग टिळक महाराष्ट्र विद्यापीठ पुणे - ग्रंथालयशास्त्र प्राथमिक आणि पारंगत वर्गास ग्रंथालयात माहिती तंत्रज्ञानाचा वापर हा विषय यांना मराठीतून शैक्षणिक वर्ष २००१-२००२ ते २०११-२०१२ या काळात शिकवला.

ग्रंथपालन व्यवसायातील अनुभव :

१) एस.एन.डी.टी महिला विद्यापीठ ग्रंथालय, पुणे येथे ग्रंथालय सहाय्यक म्हणून ऑगस्ट १९६८ ते मे १९६९ काम केले.

२) मराठा चेंबर ऑफ कॉमर्स, इंडस्ट्रीज अँड अग्रीकल्चर पुणे येथे पहिला प्रशिक्षित ग्रंथपाल म्हणून १ जून १९६९ ते ५ डिसेंबर १९७४ काम गेले.

३) राष्ट्रीय रासायनिक प्रयोगशाळा पुणे येथे ६ डिसेंबर १९७४ ला ग्रंथपाल वरिष्ठ

म्हणून रुजू झालो आणि ३० एप्रिल २००३ ला वैज्ञानिक E1 म्हणून निवृत्त झालो.

४) इंडियन इन्स्टिटयूट ऑफ टेक्नॉलॉजी पवई, मुंबई येथे सहाय्यक ग्रंथपाल म्हणून फेब्रुवारी २००१ ते डिसेंबर २००१ काम केले.

प्रकाशने :

१) प्रकल्प प्रस्ताव, सर्वेक्षण स्मरणिका, पाठ्य पुस्तक अशी एकूण २५ प्रकाशने.

२) वृत्तपत्रात वाचकांचा पत्रव्यवहार या सदरात १८३० पत्रे प्रसिद्ध झाली आहेत.

३) विविध विषय, विशेष दिन, पर्यावरण, पर्यटन माहिती तंत्रज्ञान, ग्रंथालयशास्त्र यावर ४५६ लेख प्रसिद्ध.

अमेरिकेचे राष्ट्रीय ग्रंथालय लायब्ररी ऑफ काँग्रेस नेत्यांच्या ग्रंथ समृद्धीकरणासाठी त्यांचा ग्रंथसूचीय प्रतिनिधी म्हणून मुंबई सोडून उर्वरित महाराष्ट्रासाठी माझी निवड केली हे काम मी फेब्रुवारी २०११ ते एप्रिल २०१२ मध्ये केले.

आकाशवाणी पुणे केंद्रावरून मराठी विज्ञान परिचय या कार्यक्रमात खालील व्याख्याने प्रसारित झाली.

१) संगणक आणि उपग्रह संचार माध्यमांचा संदर्भ सेवेसाठी उपयोग १९ ऑगस्ट १९९२

२) कल्पना चावलाच्या आयुष्यातील एका दिवस २८ फेब्रुवारी १९९८

३) बारकोड - उत्पादक आणि विक्रेते याना वरदान १५ जुलै २०००

४) बारकोड - उत्पादक आणि विक्रेते याना वरदान १५ जुलै २००१ पुनर्प्रसारण

५) ग्रंथालय शास्त्र आणि माहिती तंत्रज्ञान १५ सप्टेंबर २००१

पुरस्कार :

१) डॉ श्रीधर व्यंकटेश केतकर - आदर्श ग्रंथपाल पुरस्कार म्हणून पुणे नगर वाचन मंदिराने २०१३ ला गौरविले

२) डी.आर.भागवत स्मृती वृत्तपत्र पत्रलेखन सन्मान - मराठी साहित्य रसिक मंडळ, चेंबूर ने २०१४ ला गौरविले.

३) साईनाथ मंडळ ट्रस्ट पुणे डॉ रंगनाथन ग्रंथपाल दिन प्रसंगी २०१८ ला ग्रंथसेवक पुरस्काराने गौरविले.

गिर्यारोहण : १९६४ पासून या साहसी क्रीडा प्रकाराशी जोडलं गेलोय.

१) गिर्यारोहण प्राथमिक अभ्यासक्रम मनाली १९७२

२) एलिमेंटरी स्कीइंग मनाली १९८४

३) माउंट कोलोहाय शिखर मोहीम १९७६

४) हाय अल्टीट्युड ट्रेक गढवाल १९७७

५) केदारनाथ ट्रेक १९७९

६) यमुनोत्री, गंगोत्री केदार बद्रीनाथ ट्रेक १९८०

७) चंद्रताल मनाली १९८३

८) केदारनाथ ट्रेक १९९०

९) केदारनाथ ट्रेक १९९२ संस्थापक सभासद, कार्यवाह भारत आउटवर्ड बाउंड पायोनिअर्स पुणे. संस्थापक सभासद आणि उपाध्यक्ष पुणे माउंटेनिअर्स, पुणे मे. टाइम कॅप डॉक्युमेंटर यांनी बनविलेल्या ''माय रेडिओ माय लाईफ'' या ७० मिनिटांच्या वार्तापटात (डॉक्युमेंटरी) मी काम केले आहे. या वार्तापटास डिसेंबर ११ ते १८, २०२३ या काळात आंतरराष्ट्रीय फिल्म फेस्टिवल मध्ये स्वीडन, थायलंड, मॉरिशस, कॅनडा, सिंगापूर, बाली आणि रशिया या देशात बेस्ट डॉक्युमेंटरी हा पुरस्कार मिळालं आहे. याशिवाय अनेक देशात या वार्तापटाचे प्रदर्शन झाले आहे. आतापर्यंत ६७ पुरस्कार मिळाले आहेत. १३ फेब्रुवारी २०२४ ला युनेस्को तर्फे साजरा केला जाणाऱ्या या जागतिक आकाशवाणी दिनाच्या कार्यक्रमात या वार्तापटाचा युनेस्कोने समावेश केला आहे.

पुस्तकप्रकाशितकरणंझालंसोपं
अर्थात
#AnyoneCanPublish

अंतर्गत प्रकाशित झालेली पुस्तकं

अ.क्र.	पुस्तकाचे नाव	लेखकाचे नाव	विषय/ कॅटेगरी	किंमत
१.	पौर्णिमेच्या कथा	चिंतामणी देशपांडे	ललित	१३०/-
२.	मनाच्या आरश्यात	प्रिया खैरे पाटील	ललित	२४०/-
३.	दृष्टी	कांचन शेंडे	ललित	१९०/-
४.	चित्रकर्मी	आशिष निनगुरकर	ललित	२९९/-
५.	माझी भटकंती	दिलीप वैद्य	ललित	१५०/-
६.	कृष्णं वंदे जगद्गुरूम	श्यामसुंदर राठी	ललित	१९९/-
७.	केशव-लक्ष्मी कृपा	राधिका श्रीराम घोरपडे	ललित	१३०/-
८.	गंधाळलेली फुले	यशवंत पाटील	ललित	१९०/-
९.	भवताल	मनीषा आवेकर	ललित	१८०/-
१०.	अभिनयांकित	जयश्री दानवे	ललित	२५०/-
११.	फुलांच्या दुनियेत	मृणाल तुळपुळे	ललित	१७०/-
१२.	मुरडण	बालाजी मदन इंगळे	ललित	१३०/-
१३.	कवडसे	डॉ. अरविंद वैद्य	ललित	३५०/-
१४.	राम तोचि विठ्ठल	शीला देशमुख	ललित	१५०/-
१५.	भावबंध	मोहन सरडे	ललित	१७०/-
१६.	फुलबाग	सुरेश गर्जे	ललित	१२०/-
१७.	पैसा, पैसा आणि पैसा	सुरेश गर्जे	ललित	१७०/-
१८.	भारतभर सायकलभ्रमण	दत्तात्रय मेहेंदळे	ललित	३७०/-
१९.	आहे सुगम तरी…	विजय श्रोत्रिय	ललित	२२०/-
२०.	हे जीवन सुंदर आहे	मंगेश चौधरी	ललित	२५०/-
२१.	मनतरंग	प्रिया खैरे पाटील	कविता	१३०/-
२२.	आत्मसंवाद	रमेश राठोड	कविता	१३०/-
२३.	साद	पुष्पा तारे	कविता	१६०/-

२४.	वाट चालता चालता	पुष्पा सराफ, रोशनी सराफ, नक्षत्रा सराफ	कविता	१३०/-
२५.	पाऊलवाटेवर चालताना	सुचेता अवसरे	कविता	१३०/-
२६.	बापा तुझं आभाळ	हनुमंत भवारी	कविता	१३०/-
२७.	प्रपात	प्रणव लेले	कविता	१२५/-
२८.	बासरी	किरण वेताळ	कविता	१२५/-
२९.	भरून येणाऱ्या डोळ्यांतून	अरुणकुमार जोशी	कविता	१२०/-
३०.	An Eternal	Dr. Arjun Shirsath	कविता	140/-
३१.	चैत्रपालवी	चैत्राली कुळकर्णी	कविता	१८०/-
३२.	काट्यातले मोरपीस	अरुण कटारे	कविता	१८०/-
३३.	पालवी	काशीराम बोर	कविता	१३०/-
३४.	अंतरंग सावल्यांचे	सदाशिव शेंडे	कविता	१९०/-
३५.	कोवळी पाने	संदीप काळे	कविता	१२५/-
३६.	सप्रेम	अर्जुन शिरसाठ	कविता	१४०/-
३७.	साष्टांग	अर्जुन शिरसाठ	कविता	१४०/-
३८.	माणूस म्हणून जगा	उदय माळगावकर	कविता	२६०/-
३९.	जीवन प्रवाह	दीपक भोजराज	कविता	२६०/-
४०.	मुक्तछंद	डॉ. स्मिता झंवर	कविता	१२०/-
४१.	काव्यसुधा	प्रकाश निर्मळे	कविता	१२०/-
४२.	तळ धुंडाळताना	ज्योती जोशी	कविता	२५०/-
४३.	स्वर व्यंजनी	प्रसाद पाठारे	बालकविता	१२०/-
४४.	रुपक कथा	शशांक देव	कथा	९९/-
४५.	मोलाची ठेव	कृष्णा पाटील	कथा	२२८/-
४६.	छोड अकेला फिर जाओ	उर्मी रुमी	कथा	१७०/-
४७.	धूमधडाका	मयूरेश कुळकर्णी	कथा	२३०/-
४८.	ठिकरीची फोडणी	अशोक कांबळे	कथा	१९०/-
४९.	वाटणी	कृष्णा पाटील	कथा	२५०/-
५०.	कर्मफल	काशीराम बोरे	कथा	१८०/-
५१.	गढीवरच्या आईसाहेब	डॉ. यशवंत पाटील	कादंबरी	१४०/-
५२.	द्रौपदीबाई पठाण	प्रिया गोगावले-विखे	कादंबरी	१६०/-
५३.	रुबाब	अमोल सोंडकर	कादंबरी	१४०/-

५४.	घेरं	वासुदेव डहाके	कादंबरी	६७०/-
५५.	होम मिनिस्टर	युवराज कोरे	कादंबरी	१८०/-
५६.	तडजोड	निवृत्ती जोरी	कादंबरी	४९९/-
५७.	एक होती यशोदा	सुनील पांडे	कादंबरी	१२५/-
५८.	व्यक्तिमत्त्व विकासाचा कोलाज	विनोद बिडवाईक	सेल्फ हेल्प	२००/-
५९.	स्वयंविकासाची स्वयंप्रेरणा	विनोद बिडवाईक	सेल्फ हेल्प	२२०/-
६०.	शिवसूत्र	योगेश क्षत्रिय	सेल्फ हेल्प	२९०/-
६१.	Vitality in human resource	Vinod Bidvaik	सेल्फ हेल्प	299/-
६२.	Holistic approach	Vinod Bidvaik	सेल्फ हेल्प	120/-
६३.	महासत्तेच्या वाटेवर	युवराज कोरे	माहितीपर	१४०/-
६४.	इंडिया डायरी	प्रमोद देशपांडे	माहितीपर	२००/-
६५.	India Dairy	Pramod Deshpande (English)	माहितीपर	240/-
६६.	कचराकोंडी ते पंधरा कोटी	सतीश वैजापूरकर	माहितीपर	१८०/-
६७.	रेन वॉटर हारवेस्टींग	प्रवीण खांडवे	माहितीपर	१९९/-
६८.	ईशोपनिषद	सुरेश गर्जे	अध्यात्म	१५०/-
६९.	रामराज्य	सुरेश गर्जे	अध्यात्म	१७०/-
७०.	तुका आकाशाएवढा	सुरेश गर्जे	अध्यात्म	२२०/-
७१.	Unalome	Shweta Bharati	अध्यात्म	250/-
७२.	शिंपल्यातील मोती	अंजना चौगुले-चावरे	चरित्र	१९९/-
७३.	विवेकवेल	वसंत गायकवाड	चरित्र	४९९/-
७४.	Karmaveer Bhaurao Patil: Life and work of a rebel	Bharat Kavathekar	चरित्र	190/-
७५.	द जेनेटिक वेडिंग रिंग	मंदार मुंडले	नाटक	९९/-
७६.	The genetic wedding ring	Mandar Mundale	नाटक	99/-
७७.	महाविनाशाची पदचिन्हे	भाऊराव मुळे	नाटक	४९९/-
७८.	प्रवासातून प्रबोधन	श्रीराम भास्करवार	प्रवासवर्णन	१९०/-

७९.	माझा युरोप प्रवास	अशोक केसरकर	प्रवासवर्णन	२८०/-
८०.	लंडन डायरी	रूपाली पाटील-मिरासदार	प्रवास	२२५/-
८१.	ओवीरूप भगवद्गीता	आर. जी. पाटील	तत्त्वज्ञान	८७०/-
८२.	ऋग्वेद अर्थसार	बापू कुंभार	तत्त्वज्ञान	४७०/-
८३.	आरोग्यधाम	बी. के. तेली (चौधरी)	आरोग्य	१५०/-
८४.	Andra Recipe	Vijaya Lakshmi	पाककला	990/-
८५.	संपूर्ण दीपरामायण	दीपक करंदीकर	महाकाव्य	१४९९/-
८६.	भुकेलेल्या देशाची कृषि महासत्तेकडे वाटचाल	अनिल शिंदे	सामाजिक	२६०/-
८७.	'जागृती'तून जागृतीकडे	जयश्री काळे	सामाजिक	३८०/-
८८.	We are the quarry, fate is the Hunter	Prasad & Shubhada Godbole	Non-fiction	299/-
८९.	Rede an Das Gewissen	Dr. Rajendra Padture	Spiritual (Translation)	499/-
९०.	Incremental learning of Electricity Smart Meter Data	Archana Y. Chaudhari Preeti Mulay	टेक्निकल	850/-
९१.	अक्षर ओळख	ज्योत्स्ना पास्ते	शैक्षणिक	१९९/-
९२.	सामर्थ्य विचारांचे	सतीश सूर्यवंशी	सुविचार	२५०/-
९३.	अन्नगाथा	डॉ. मृणाल पेडणेकर	विज्ञान	१४०/-
९४.	निवडक डॉ. गिरीश दाबके	डॉ. गिरीश दाबके	संपादन	५२०/-
९५.	Titan slayers	Soha Mehendale	कॉमिक	180/-
९६.	एक कण आयुर्वेदाचा	वैद्य रमा खटावकर	वैद्यकीय	२९९/-

● **पुस्तक खरेदीसाठी संपर्क : ८८८८८४९०५०**

● **पुस्तके ऑनलाइन उपलब्ध :**

amazon.in / flipkart/ https://sakalpublications.com